AF758959

ವಿದ್ಯಾರಶ್ಮಿ ಪೆಲತ್ತಡ್ಕ

ದಕ್ಷಿಣ ಕನ್ನಡ– ಕಾಸರಗೋಡು ಗಡಿ ಭಾಗದ ಪೆಲತ್ತಡ್ಕದವರು. ಮಂಗಳೂರು ವಿವಿಯಲ್ಲಿ ಪತ್ರಿಕೋದ್ಯಮದಲ್ಲಿ ಸ್ನಾತಕೋತ್ತರ ಪದವಿ. ಕನ್ನಡಪ್ರಭ, ಸುವರ್ಣ ನ್ಯೂಸ್, ವಿಜಯ ನೆಕ್ಸ್ಟ್ ಪತ್ರಿಕೆಗಳಲ್ಲಿ ಕೆಲಸ ಮಾಡಿದ ಅನುಭವ. ಸದ್ಯ ವಿಜಯ ಕರ್ನಾಟಕದ ಪುರವಣಿ ಮುಖ್ಯಸ್ಥರಾಗಿ ಕಾರ್ಯ ನಿರ್ವಹಣೆ.

'ಗೌರೀದುಃಖ' ಇವರ ಪ್ರಕಟಿತ ಕವನ ಸಂಕಲನ. 'ಯಕ್ಷಗಾನ ಲೀಲಾವಳಿ', ಯಕ್ಷಗಾನ ಭಾಗವತರಾದ ಲೀಲಾವತಿ ಬೈಪಾಡಿತ್ತಾಯ ಅವರ ಆತ್ಮಕಥೆಯನ್ನು ನಿರೂಪಿಸಿದ್ದಾರೆ. ಈ ಕೃತಿಗೆ ಯಕ್ಷಗಾನ ಅಕಾಡೆಮಿಯ 2021ರ ಸಾಲಿನ ಪುಸ್ತಕ ಬಹುಮಾನ ದೊರಕಿದೆ.

ವಿ ಕೃ ಗೋಕಾಕ್ ಟ್ರಸ್ಟ್ ನೀಡುವ ಫೆಲೋಶಿಪ್ ಪಡೆದಿದ್ದು, 'ಕವಿಗೆ ಕವಿ ಮಣಿದ ಪರಿ' ವಿ ಕೃ ಗೋಕಾಕ್ ಕುರಿತ ಕವನಗಳ ಸಂಕಲನವನ್ನು ಸಂಪಾದಿಸಿದ್ದಾರೆ. 'ಮುಗಿಲ ಹಕ್ಕಿ' ಎಂಬ ಅಂಕಣ ಸದ್ಯ ವಿಜಯ ಕರ್ನಾಟಕದಲ್ಲಿ ಎರಡು ವಾರಕ್ಕೊಮ್ಮೆ ಪ್ರಕಟವಾಗುತ್ತಿದೆ. ಇದಲ್ಲದೇ ಕಥೆ, ಪ್ರಬಂಧ, ನೂರಾರು ಲೇಖನಗಳನ್ನು ಬರೆದಿದ್ದಾರೆ.

ಕೆರೆ-ದಡ

ಕವನ ಸಂಕಲನ

ವಿದ್ಯಾರಶ್ಮಿ ಪೆಲತ್ತಡ್ಕ

ಬಹುರೂಪಿ
ಎಂಬೆಸಿ ಸೆಂಟರ್, 111, ಮೊದಲನೇ ಮಹಡಿ, ಕ್ರೆಸೆಂಟ್ ರಸ್ತೆ,
ಕುಮಾರಪಾರ್ಕ್ ಈಸ್ಟ್, ಬೆಂಗಳೂರು 560 001.
ದೂರವಾಣಿ: 70191 82729

65

KERE-DADA

A Collection of Poems by Noted Journalist

VIDYARASHMI PELATHADKA
vrpelathadka@gmail.com | 94495 20547

Published By **Bahuroopi**
Embassy Centre, 111, First Floor, Crescent Road,
Kumarapark East, Bangalore 560001

editor@bahuroopi.in

Mobile | Whats App Bookstore: **70191 82729**

online book store: **bahuroopi.in**

ISBN: 978-81-960718-0-6
First Edition: April 2023
Pages: 72 | Price: Rs. 100

Cover and Inside Illustrations: **Sudhakar Darbe**
Inside Design: **Sagar M S**
Photo: **Govinda Vishnu**

ಬದುಕು
ಮಡಿಲಿಗಿಟ್ಟ
ಕವನ

ಮಗಳು
ಬೆಳಕುಗೆ...

ಪುಸ್ತಕ ವಿನ್ಯಾಸಕ್ಕಾಗಿ
The Federation of Indian Publishers
ರಾಷ್ಟ್ರ ಪ್ರಶಸ್ತಿ ವಿಜೇತ
ಪ್ರಕಾಶನ

ಕ್ರೆಡಿಟ್ ರೋಲ್

ಕೃತಿ:
ವಿದ್ಯಾರಶ್ಮಿ ಪೆಲತ್ತಡ್ಕ

ಮುಖಪುಟ ಮತ್ತು ಒಳಪುಟ ಚಿತ್ರಗಳು:
ಸುಧಾಕರ ದರ್ಬೆ

ವಿನ್ಯಾಸ:
ಸಾಗರ್ ಎಂ ಎಸ್

ಫೋಟೋ:
ಗೋವಿಂದ ವಿಷ್ಣು

ನಿರ್ವಹಣೆ:
ಹರ್ಷಿತಾ ಪಾಟೀಲ್

ಪ್ರಚಾರ:
ಬಹುರೂಪಿ ಡಿಸೈನ್ಸ್ ಅಂಡ್ ಪ್ರಿಂಟ್ಸ್

ಚುಕ್ಕಾಣಿ:
ಶ್ರೀಜಾ ವಿ ಎನ್
ಧೀರಜ್ ಎಂ ಎಚ್
ಶ್ರೀಕಾಂತ್ ವಿ ಎನ್
ಜಿ ಎನ್ ಮೋಹನ್

ತಾನಾಗೇ ಬಳಿ ಬಂತು...

ಕವನದ ಜೊತೆಗಿನ ನಂಟು ನನಗೆ ಅಚಾನಕ್ಕಾಗಿ ಒದಗಿ ಬಂದದ್ದು. ಪದವಿ ತರಗತಿಯಲ್ಲಿದ್ದಾಗ ಒಂದೆರಡು ಕವನ ಬರೆದದ್ದು ಬಿಟ್ಟರೆ ಮತ್ತೆ ಅದರ ಸಹವಾಸಕ್ಕೆ ಹೋಗದಿದ್ದವಳು ನಾನು. ಹೇಗಿದ್ದರೂ ಪತ್ರಿಕೆಯ ಕೆಲಸ. ಬರೆದರೆ ಎರಡು ಲೇಖನ ಬರೆದೇನು. ಹೆಚ್ಚೆಂದರೆ ಕಥೆ. ಇಷ್ಟೇ ಅಂತಿದ್ದಾಗ ತಾನಾಗೇ ಬಳಿಬಂದು ಬರೆಸಿಕೊಂಡದ್ದು ಕವನ. ಹಾಗೆ ಒಂದಷ್ಟು ಕವನಗಳಾಗಿ 'ಗೌರೀದುಃಖ' ವಾಗಿ ಹೊರಬಂದ ಬಳಿಕ ಇದೀಗ ಎರಡನೆಯ ಸಂಕಲನದ ಹೊಸ್ತಿಲಲ್ಲಿದ್ದೇನೆ.

ನಮಗೆ ಗೊತ್ತು, ಸಾಹಿತ್ಯ ಸೃಷ್ಟಿಯ ಕ್ಷಣವೆಂದರೆ ಸುಮ್ಮನಲ್ಲ. ಅದೊಂದು ಜಾದುವಿನಂತೆ ನಡೆದು ಹೋಗುವಂಥದ್ದು. ಕ್ಷಣ ಕಳೆದರೆ ಒಮ್ಮೆ ಬರೆದಂತೆಯೇ ಬರೆಯುವುದು ಕಷ್ಟ. ಲೇಖನದ ಚೆಂದದೊಂದು ಸಾಲು ಒಂದು ತಿಂಗಳ ಬಳಿಕ ಇದನ್ನು ಬರೆದದ್ದು ನಾನೇನಾ ಎಂಬ ಭಾವ ಮೂಡಿಸಬಹುದು. ಕವನದ ಪದಪದವೂ ಅಷ್ಟೇ, ಹೇಗೋ ಹುಟ್ಟಿ ಹೇಗೋ ಬೆಳೆದು... ಮುಂದುವರಿದು ಕೊನೆಗೊಳ್ಳುವ ಬಗೆಯೇ ಒಂದು ಸೃಜನಶೀಲ ಬೆರಗು. ಹೆತ್ತವರಿಗೆ ಹೆಗ್ಗಣ ಮುದ್ದು

ಎಂಬಂತೆ, ಇಂತಹ ಈ ಕ್ಷಣ ನನಗೂ ಪುಳಕ ನೀಡುತ್ತದೆ. ಒಮ್ಮೊಮ್ಮೆ ಕವನ ಬರೆದ ಬಳಿಕ ನಡುರಾತ್ರಿ ನಿದ್ದೆಯೆಲ್ಲ ಬಿಟ್ಟು ಹೋದಂತಾಗಿ ಕಣ್ಣರಳಿಸಿ ಕುಳಿತದ್ದೂ ಇದೆ. ಕೆಲವೊಮ್ಮೆ ಕವನ ಕೈಜಾರಿ ಮುನಿಸಿಕೊಂಡದ್ದೂ ಇದೆ, ಇನ್ನಾವುದೋ ಕೆಲಸಕ್ಕೆ ಸಿಲುಕಿ ಒಲಿದ ಕವನವನ್ನು ಕಳೆದುಕೊಂಡದ್ದೂ ಇದೆ. ಕವನ ಒಲಿಯುವ ಕ್ಷಣ ಅಮೂಲ್ಯವಾದದ್ದು, ದೈವಿಕವಾದದ್ದು. ಈ ಪ್ರಫುಲ್ಲ ಕ್ಷಣಕ್ಕಾಗಿಯಾದರೂ ಕಾವ್ಯ ಸೃಷ್ಟಿ ಮಾಡಬೇಕು ಎಂಬ ಆಶಯ ನನ್ನದು. ಅದು ಮುಂದೆಯೂ ಒದಗಿ ಬರುತ್ತಿರಲಿ ಎಂದು ಪ್ರಾರ್ಥಿಸುತ್ತೇನೆ.

ಆದರೆ, ಈ ಅಮೂಲ್ಯ ಕ್ಷಣ ಸಾರ್ಥಕವಾಗುವುದು ಓದುಗರಿಂದ. ಪ್ರತಿ ಓದುಗಳ/ನ ಓದುವಿಕೆಯೊಂದಿಗೆ ಸಾಹಿತ್ಯ ಸೃಷ್ಟಿ ಪೂರ್ಣಗೊಳ್ಳುತ್ತದೆ. ಈ ಪ್ರಕ್ರಿಯೆಯಲ್ಲಿ ಭಾಗಿಯಾಗುವ ನೀವೆಲ್ಲರೂ ಈ ಕೃತಿಯ ಕವನಗಳನ್ನೂ ಓದಲಿದ್ದೀರಿ, ಕವನ ಸೃಷ್ಟಿಯ ಕ್ರಿಯೆಯನ್ನು ಪೂರ್ಣಗೊಳಿಸಲಿದ್ದೀರಿ. ಅದಕ್ಕಾಗಿ ಮೊದಲು ಓದುಗರಾದ ನಿಮಗೆ ವಂದಿಸುವೆ.

ನಾನು ಬರೆಯುವುದು ಕವನಗಳೇ ಹೌದಾ? ಇವನ್ನು ಪ್ರಕಟಿಸಲೇಬೇಕಾ ಎಂಬೆಲ್ಲ ಪ್ರಶ್ನೆಗಳು ಇದ್ದೇ ಇವೆ, ಈಗಲೂ ಇವೆ. ಹೀಗಾಗಿಯೇ 2016ರಲ್ಲಿ 'ಗೌರೀದುಃಖ' ಮೊದಲ ಸಂಕಲನ ಪ್ರಕಟವಾದ ಬಳಿಕ ಸುಮಾರು ಕಳೆದೆರಡು ವರ್ಷಗಳಿಂದ ಒಂದು ಸಂಕಲನಕ್ಕಾಗುವಷ್ಟು ಕವನಗಳಾದರೂ ಅಂತಹ ಆಸಕ್ತಿ ತೋರದೆ ಉದಾಸೀನದಿಂದಲೇ ಇದ್ದೆ. ಆದರೆ, ಇವನ್ನು ಪ್ರಕಟಿಸಲೇಬೇಕು ಎಂದು ಮುಂದೆ ಬಂದವರು 'ಬಹುರೂಪಿ'ಯ ಜಿ.ಎನ್.ಮೋಹನ್. ಪದವಿ ತರಗತಿಯಲ್ಲಿದ್ದಾಗಲೇ ಪತ್ರಕರ್ತರಾಗಿ ಅವರನ್ನು ಕಂಡಿದ್ದೆ. ಬಳಿಕ ಬೆಂಗಳೂರಿನಲ್ಲಿ 'ಮೇಫ್ಲವರ್ ಮೀಡಿಯಾ ಹೌಸ್' ಸ್ಥಾಪಿಸಿದರು, ಅಲ್ಲಿ ನನ್ನಂತಹ ಹೊಸಬರಿಗೂ ವೇದಿಕೆ ಕೊಟ್ಟು ಮಾತಾಡಿಸಿದರು. ಬಳಿಕ ಕವನ ಬರೆದದ್ದು ತಿಳಿದಾಗಲೆಲ್ಲ 'ಅವಧಿ'ಯಲ್ಲಿ ಪ್ರಕಟಿಸಿದರು. ಕಾವ್ಯವನ್ನು ಅವರು ಸಂಭ್ರಮಿಸುವ ಬಗೆ ನೋಡಿ ಇದೂ ಒಂದಾಗಲಿ ಅಂತ ಒಪ್ಪಿಕೊಂಡೆ. ಪುಸ್ತಕದ ಬಗೆಗೆ ಆಸ್ಥೆವಹಿಸಿ ಪ್ರಕಟಿಸುತ್ತಿರುವ ಅವರಿಗೆ ಹಾಗೂ 'ಬಹುರೂಪಿ' ತಂಡದ ಶ್ರೀಜಾ ಮತ್ತು ಇತರರೆಲ್ಲರಿಗೆ ಧನ್ಯವಾದ.

ಕವಿಗೋಷ್ಠಿಗಳಲ್ಲಿ ಸಿಕ್ಕಾಗಲೆಲ್ಲ 'ನಿನ್ನ ಕವನ ಚೆನ್ನಾಗಿತ್ತು, ಇಷ್ಟವಾಯ್ತು' ಎಂದು ಬೆನ್ತಟ್ಟುವ ಆರತಿ ಎಚ್.ಎನ್. ಅವರು ಸೊಗಸಾದ ಮುನ್ನುಡಿ ಬರೆದುಕೊಟ್ಟಿದ್ದಾರೆ. ಅವರ ನೋಟಕ್ಕೆ, ಸಲಹೆಗೆ ನನ್ನ ಕೃತಜ್ಞತೆಗಳು.

ನನ್ನ ಕವನದ ಕುರಿತಾಗಿ ನನಗೇ ಆತ್ಮವಿಶ್ವಾಸವಿಲ್ಲದಿದ್ದಾಗ 'ವಿದ್ಯಾಗೆ ಅವಳದೇ ಸ್ಟೈಲ್ ಇದೆ' ಎಂದು ಬರೆದು ಹರಸಿದವರು, ನಿನ್ನದೇ ದಾರಿಯಲ್ಲಿ ನಡೆ ಎನ್ನುವಂತೆ ಹುರಿದುಂಬಿಸಿದವರು, ಕವನಗಳನ್ನು ಬರೆದಾಗ ಚರ್ಚಿಸಿದವರು,

ಹೊಸ ಸಾಧ್ಯತೆಗಳತ್ತ ನೋಡುವಂತೆ ಮಾಡಿದವರು ಬಹುಮುಖಿ ಪ್ರತಿಭೆ ಅನಿಲ್ ಕುಮಾರ್. 2019ರಲ್ಲೇ ನಮ್ಮನ್ನಗಲಿದ ಅವರಿದ್ದಿದ್ದರೆ ಅವರ ಕೃತಿಗಳನ್ನೋದುವ ಭಾಗ್ಯದೊಂದಿಗೆ ಅವರ ಮಾರ್ಗದರ್ಶನದ ಭಾಗ್ಯ ಇಂದಿಗೂ ನನ್ನದಾಗುತ್ತಿತ್ತು ಎಂಬ ಹಳಹಳಿಕೆ ನನ್ನದು. ಅವರಿಗೆ ನನ್ನ ಸಾಷ್ಟಾಂಗ ನಮನಗಳು.

ನೀನು ಚೆನ್ನಾಗೇ ಬರಿತೀಯ ಕಣೆ ಅನ್ನುವ ಒಂದು ಮಾತಿನಿಂದ ಆಗಾಗ ಪುಷ್ಟಿ ನೀಡುವ ಮಾಲಿನಿ ಗುರುಪ್ರಸನ್ನ ಎಂಬ ಪ್ರೀತಿಗೆ, ನನ್ನ ಕವನಗಳ ಬಗೆಗೆ ಬರೆದು ಏನೋ ಇದೆ ಎಂದು ಶಕ್ತಿ ತುಂಬಿದ ಸಿಂಧು ರಾವ್ ಅವರಿಗೆ ತುಂಬ ತುಂಬ ನಲ್ಮೆ. ಹಿರಿಯರಾದ ಎಚ್.ಎಸ್.ವೆಂಕಟೇಶಮೂರ್ತಿಯವರು, ಬಿ.ಆರ್.ಲಕ್ಷ್ಮಣ ರಾವ್, ಎಚ್.ಡುಂಡಿರಾಜ್, ಎಂ.ಆರ್.ಕಮಲ, ಎಚ್.ಎಲ್.ಪುಷ್ಪ, ಪ್ರತಿಭಾ ನಂದಕುಮಾರ್, ಅಣಕು ರಾಮನಾಥ್ ಏನನ್ನೇ ಬರೆದರೂ ಪ್ರೋತ್ಸಾಹಿಸಿದ್ದಾರೆ, ಬೆನ್ತಟ್ಟಿದ್ದಾರೆ. ಅವರಿಗೆ ಧನ್ಯವಾದ.

ಚೆಂದದ ಮುಖಪುಟ ಹಾಗೂ ಒಳಚಿತ್ರಗಳನ್ನು ರಚಿಸಿಕೊಟ್ಟ ಕಲಾವಿದ ಸುಧಾಕರ ದರ್ಬೆಯವರ ಕಲೆಗೆ ನನ್ನ ಸಲಾಂ.

ವೃತ್ತಿಯ ನಿಮಿತ್ತ ನಾನೆಲ್ಲೋ ಕಳೆದುಹೋದರೂ ಎಳೆತಂದು ದಿನವೂ ಕಾವ್ಯಸ್ಪರ್ಶವಾಗುವಂತೆ ಮಾಡುವ 'ಕಾವ್ಯಕೇಳಿ' ಗುಂಪಿಗೆ, ಅಲ್ಲಿನ ಎಲ್ಲ ಮಿತ್ರರಿಗೆ, ಅದರ ಅಡ್ಮಿನ್ ಗೋವಿಂದ ಹೆಗಡೆಯವರು, ಹಿರಿಯರಾದ ಎನ್. ಎಸ್.ಶ್ರೀಧರಮೂರ್ತಿಯವರು, ಚೆಂದದ ಕವನ ಬರೆವ, ವಿಶ್ವಾಸ ತೋರುವ ಡಾ. ವಿ.ಎ.ಲಕ್ಷ್ಮಣ್, ಚಿದಾನಂದ ಸಾಲಿ, ವಾಸುದೇವ ನಾಡಿಗ್ ಮೊದಲಾದ ಎಲ್ಲ ಆತ್ಮೀಯರಿಗೆ, 'ನುಡಿತ' ಗುಂಪಿನ ಚೊಕ್ಕಾಡಿ ಸರ್, ನಾರಾಯಣಮೂರ್ತಿ ಮತ್ತಿತರ ಆಪ್ತವರ್ಗಕ್ಕೆ ವಂದೇ. ಹೆಚ್ಚು ಬರೆಯಿರಿ ಅನ್ನುವ ಮಿತ್ರರಾದ ಸದಾಶಿವ ಸೊರಟೂರು, ಲಿಂಗರಾಜ ಸೊಟ್ಟಪ್ಪನವರ್, ಟಿ.ಎಸ್. ಗೊರವರ ಅವರಿಗೆ ನಮಸ್ಕಾರ. ನನ್ನ ಕವನಗಳನ್ನು ಅನ್ಯಭಾಷೆಗೆ ಅನುವಾದಿಸಿದ ನಾಗರೇಖಾ ಗಾಂವ್ಕರ್, ರೋಹಿಣಿ ಸತ್ಯ ಅವರಿಗೆ, ಸಂಕಲನ ಯಾವಾಗ ಬರುತ್ತದೆ ಎಂದು ಒತ್ತಾಯಿಸುವ ಅನುವಾದಕ ತೇರಳಿ ಶೇಖರ್ ಅವರಿಗೆ ಧನ್ಯವಾದ.

ನನ್ನ ಮೊದಲ ಕವನ ಸಂಕಲನ ಪ್ರಕಟಿಸಿದ ಅಭಿನವ ರವಿಕುಮಾರ್–ಚಂದ್ರಿಕಾ ದಂಪತಿಗೆ, ನೀನು ಇನ್ನೂ ಹೆಚ್ಚು ಬರೆಯಬೇಕು ಎಂದು ಎಚ್ಚರಿಸುವ, ಅಭಿಮಾನಿಸುವ ಹಿರಿಯರಾದ ನರಹಳ್ಳಿ ಬಾಲಸುಬ್ರಹ್ಮಣ್ಯ ಅವರಿಗೆ, ನಮ್ಮ ಹುಡುಗಿ ಎಂದು ಬೆನ್ನಿಗೆ ನಿಲ್ಲುವ ಜೋಗಿಯವರಿಗೆ, ಸದಾ ಒಳಿತನ್ನು ಹಾರೈಸುವ ಎಂ.ವಿ.ಶರ್ಮಾ ತದ್ದಲಸೆಯವರಿಗೆ ನಾನು ಸದಾ ಋಣಿ.

ವೃತ್ತಿಯಲ್ಲಿ ಬೆಂಬಲ ನೀಡುವ ಜೊತೆಗೆ ನನ್ನ ಸಾಹಿತ್ಯ ಚಟುವಟಿಕೆಗಳಿಗೆ ಪ್ರೋತ್ಸಾಹಿಸುವ 'ವಿಜಯ ಕರ್ನಾಟಕ'ದ ಸಂಪಾದಕರಾದ ಸುದರ್ಶನ ಚನ್ನಂಗಿಹಳ್ಳಿ ಅವರಿಗೆ ಹಾಗೂ ವಿಕ ಬಳಗಕ್ಕೆ ನಾನು ಆಭಾರಿ.

ನನ್ನನ್ನು ಪ್ರೀತಿಯಿಂದ ಕಾಣುವ ಕುಟುಂಬ ವರ್ಗಕ್ಕೆ, ಜತೆಗಿರುವ ಪತಿ ಪರಮೇಶ್ವರಗೆ, ಸದಾ ಹರಸುವ ಅಮ್ಮನಿಗೆ, ಅಕ್ಷರ ಲೋಕಕ್ಕೆ ಕೈ ಹಿಡಿದು ಕರೆತಂದು ಇಂದು ನೆನಪಾಗಿ ಬಲ ನೀಡುವ ಅಪ್ಪನಿಗೆ, ನನ್ನನ್ನು ಪ್ರೀತಿಯಿಂದ ಪೊರೆಯುತ್ತಿರುವ ಎಲ್ಲರಿಗೆ ನನ್ನ ವಂದನೆಗಳು.

ನನ್ನ ದೈನಿಕದ ನೆಲೆ, ಆಸರೆಯಾಗಿರುವ ಮಗಳು 'ಬೆಳಕು'ಗೆ ನಲ್ಮೆ.

– ವಿದ್ಯಾರಶ್ಮಿ ಪೆಲತ್ತಡ್ಕ

ಕಾವ್ಯ ರಚನೆಯು ಬೇಯುವ ಪ್ರಕ್ರಿಯೆ

"ಎಂದೋ ಬರೆದು ಮರೆತ ಸಾಲುಗಳು,
ಮುಂದುವರಿಸಲಾರದೆ ಬಿಟ್ಟ ಪದ ಪದಗಳು,
ರೀಸೈಕಲ್ ಬಿನ್‌ನಲ್ಲಿ ಕೊಳೆವ ಅಕ್ಷರಮಾಲೆ!"

ಅರೆ ಘಳಿಗೆಯ ಸಾವಧಾನವನ್ನು ಸವಿಯಲು ಬಿಡದ ಸುದ್ದಿಮನೆಯ ನೂರೆಂಟು ಒತ್ತಡಗಳಿಗೆ, ರಾಜಕೀಯಗಳಿಗೆ, ಸವಾಲುಗಳಿಗೆ, ಒಡ್ಡಿಕೊಳ್ಳುತ್ತಾ, ಪ್ರತಿದಿನ ಪ್ರತಿ ಘಳಿಗೆ ಅಕ್ಷರ ಪುಂಜಗಳನ್ನೇ ಹಾಸಿ ಹೊದೆಯುವ ಪತ್ರಕರ್ತೆ ಕವಿತೆ ಬರೆಯುತ್ತಾಳೆ ಎಂದರೆ ಅವಳೊಂದು ಸೃಜನ ಶಕ್ತಿಯ ಬೇರೆಯದೇ ತಾಕತ್ತು ಇರುವ ಜೀವ ಎಂದು ಅರ್ಥ ಮಾಡಿಕೊಳ್ಳಬೇಕು.

ಬಳಸಿ ಬಳಸಿ ಭಾಷೆ ಸವಕಲಾಯಿತೇನೋ ಎಂಬಷ್ಟು ಅಕ್ಷರಗಳ ಒಡನಾಟ ಪತ್ರಕರ್ತರದ್ದು. ಹೀಗಾಗಿ ನನ್ನ ಮಾಧ್ಯಮ ವೃತ್ತಿಜೀವನದ ಅನುಭವದ ಹಿನ್ನೆಲೆಯಲ್ಲಿ ಹೇಳುವುದಾದರೆ, ಸುದ್ದಿಮನೆಯ ಕುಲುಮೆಯಿಂದ ನಿಗನಿಗಿಸುವ ಕೃತಿಯೊಂದು ಹೊರಬಂದಿದೆ ಅಂದರೆ ಅದೊಂದು ಸಂಭ್ರಮಿಸುವ "ಬ್ರೇಕಿಂಗ್ ನ್ಯೂಸ್!"

ಮಾಧ್ಯಮ ಲೋಕದ deadlineನ ಕ್ಷಣಕ್ಷಣಗಳ ಕಂಗಾಲಲ್ಲಿ ಕೆಲಸ ಮಾಡಿದವರಿಗೆ ಮಾತ್ರ ಅರ್ಥವಾಗುವ ಕೆಲವು ಸಂದಿಗ್ಧಗಳು, ಸ್ನಾನದಲ್ಲಿ ಸೋಪು ಜಾರಿದಂತೆ...

ಎಂದು ಎಲ್ಲಿ ಯಾಕೆ ಯಾವಾಗ ಮತ್ತು ಹೇಗೆ ಸೋಪು ಜಾರಿತು ಎಂದು ವರದಿ ಬರೆದು ಕೊಡಬೇಕಾದದ್ದೇ ವೈಯಕ್ತಿಕ ಮತ್ತು ಸಾರ್ವಜನಿಕದ ತೆಳುಗೆರೆಯ ದಾಟುವ ಸೀತೆಯ ಸಂಕಟ! ದಿನದಿನದ ಪದಪದಗಳ ಕೆಂಡ ಹಾಯುವಾಗ ಕವಿತೆಯೊಂದು ಕಣ್ಣೆದುರೇ ಕಂಡು ಕಾಣೆಯಾಗುವ ಅಪಾಯವನ್ನು ಅರಿತ ಮೇಲೆ ಈ ಸಂಕಲನವನ್ನು ಪ್ರವೇಶಿಸಲು ನಿಮ್ಮ ಮನಸ್ಸನ್ನು ಬೇರೆಯದೇ ತಯಾರಿ ಮಾಡಿಕೊಳ್ಳಲು ಒತ್ತಾಯಿಸುತ್ತೇನೆ.

ವಿದ್ಯಾರಶ್ಮಿ ಎಂಬ ಸ್ನಿಗ್ಧ ನಗುವಿನ ಸುಂದರ ಹುಡುಗಿಯ ಒಳಲೋಕದ ವೈವಿಧ್ಯ ವಿಸ್ತಾರ ಹಾಗೂ ಚಿಂತನಾಶೀಲ ಅಭಿವ್ಯಕ್ತಿಯ ಕ್ರಮ ಸಂಕಲನದ ಹೂರಣವನ್ನು ಹೆಚ್ಚು ಸತ್ವಶಾಲಿಯಾಗಿಸಿದೆ.

ಬದುಕು, ಅದನ್ನು ನೋಡುವ ದೃಷ್ಟಿಕೋನ, ದಿನವಹೀ ನೋಡಿದ್ದನ್ನೇ ನೋಡುವ ಯಾಂತ್ರಿಕ ಜಗತ್ತಿಗೆ ವಿದ್ಯಾರಶ್ಮಿ ಮುಡಿಸುವ ಹೊಸ ನುಡಿ ಕುಸುರಿಗಳು ಕೆಲವೊಮ್ಮೆ 'ವಾಹ್!' ಎನ್ನುವಷ್ಟು ಸೊಗಸಾಗಿವೆ.

ನಾವು ಎಂದೂ ಒಳಗಿದ್ದೇವೆ. ಹೊರಗಿರುವವರು ನೀವು. ದಯಮಾಡಿ ಒಳ ಬನ್ನಿ!

ಅಯ್ಯಪ್ಪನ ದೇಗುಲಕ್ಕೆ ಸ್ತ್ರೀ ಪ್ರವೇಶ ನಿರಾಕರಣೆಯ ಹಿನ್ನೆಲೆಯಲ್ಲಿ ಮೂಡಿ ಬಂದಿರುವ ಈ ಕವಿತೆಯ ಸೊಗಸಿಗೆ ಮೇಲಿನ ಪಂಕ್ತಿಗಳೇ ಸಾಕ್ಷಿ.

ರಿಯರ್ ವ್ಯೂ ಮಿರರ್ ಬೇಕಿರುವ ಹೆಣ್ಣು ಮಕ್ಕಳನ್ನು ಪ್ರಸ್ತಾಪಿಸುತ್ತಲೇ ಹುಡುಗಿಯರಿಗೆ ಒಂದು ಬೈ-ಟು ಕಾಫಿ ಕುಡಿಯುವುದೂ ಎಷ್ಟು ಕಷ್ಟ ಎನ್ನುವುದನ್ನು ಸರಳವಾಗಿ ಹೇಳಿದರೂ, ಏಕಾಂಗಿತನದ ಜಗತ್ತಿನ ಸೊಗಸಾದ ಸೆಲ್ಫಿ ತೆಗೆದುಕೊಳ್ಳುವ ಚಿತ್ರ ಕಹಿಯಂತೆ ಗಂಟಲಲ್ಲಿ ಉಳಿಯುವಂತಾಗುತ್ತದೆ.

ಡೇ ಕೇರ್‌ನಲ್ಲಿರುವ ಮಗಳನ್ನು ನೆನಪಿಸುವ ಚಿತ್ರ ಕಂಗಾಲು ಮಾಡುತ್ತದೆ.

"ದೇಗುಲದ ಮೇಲ್ತುದಿಯ ಮೆಟ್ಟಿಲ ಭರಿಸಿ ನಿಂತ ಅಡಿ ಮೆಟ್ಟಿಲುಗಳು" ದರ್ಶನವಾಗುವಷ್ಟು ಪಕ್ವ ಮನದವಳು, ಚಹಾದ ಜೋಡಿ ಹೊಸ ರೂಪಕಗಳನ್ನು ಗುಟುಕರಿಸುತ್ತಾ "ಬಿಟ್ಟು ಹೊರಡುವುದು ಯಾರಿಗೂ ಕಷ್ಟವಲ್ಲ!" ಎಂದು ನಿಡುಸುಯ್ಯುವಳು...

ಕಣ್ಣಿಗೆ ಕಂಡದ್ದೆಲ್ಲಾ ಬಿಂಬಗಳಾಗುವುದಿಲ್ಲ. ಮಸುಕಾಗಿ ಮರೆಯಾದರೆ ಕೆಲವು, ಇನ್ನು ಹಲವು ಪ್ರಜ್ವಲಿಸಿ ಉರಿಯುವ ತಾರೆಗಳಂತೆ!

ಒಂದು ಹೆಣ್ಣು, ಕವಿತೆ ಬರೆಯುವಾಗ ಅವಳ ಒಳಗಣ್ಣಿಗೆ ಇರುವ ಆರ್ದ್ರ ಅನುಭವದ ಬುತ್ತಿಯ ಬಿಚ್ಚಿದರೆ "ಯಾವ ಬಲಹೀನ ಮಾತಿಗೂ ಅಲುಗದ ಸೇತು" ವೊಂದು ಮಕ್ಕಳು ಮರಿ ಮಕ್ಕಳ ಕಾಲಕ್ಕೂ ಇರಲಿ ಎಂಬ ಪ್ರೀತಿಯ ಸದಾಶಯ ಜಾಗೃತವಾಗುವಂತಿರುತ್ತದೆ.

ಒಂದು ಬೀಡಿಯ ಹೊಗೆಗೆ ಶಿಲೆಯಾಗಿದ್ದ ವಾಹನಗಳು ಸ್ತೋಮದಂತೆ ಸರಿದಾಗ, ಕಣ್ಣೆದುರು ಜರುಗಿಸುವ ಪವಾಡಗಳು ವಿದ್ಯಾರಶ್ಮಿಯ ಸೋಜಿಗದ ಜಗತ್ತನ್ನ ಬೆಳಗುತ್ತವೆ.

ಒಂದು ಜೀವ ತಳೆದ ಪ್ರತಿಮೆ,

ಒಂದು ಘಟಿಸುವ ಸೃಜನ ಸಂದೇಶ, ಬಿಳಿ ಗುಲಾಬಿ ಜಾಣ ಎಚ್ಚರದಲ್ಲಿ ಕಡುಕೆಂಪಾದ ಒಂಟಿ ಆಟದಂಥ ಸಂಕಟ... ಹೀಗೆ ಏನೇನೆಲ್ಲಾ ಈ ಕವಿತೆಗಳು ಹೇಳಿಬಿಟ್ಟಿವೆ! ಎಂದರೆ ಚಿತ್ರದ ಮಧ್ಯೆ ಸಿಕ್ಕಿಬಿಡುವ ಮಧ್ಯಂತರದಂತೆ!!!

ವಿದ್ಯಾರಶ್ಮಿಯ ಕವಿತೆಗಳ ವಿಶೇಷತೆ, ಅವುಗಳ ಅಪ್ಪಟ ಪ್ರಾಮಾಣಿಕತೆ. ವಿದ್ಯಾ, ತನ್ನದಲ್ಲದ ಮಾತುಗಳನ್ನು ಕವಿತೆಯನ್ನು ಆಕರ್ಷಕಗೊಳಿಸಲೆಂದೋ, ಚಕಿತ ಗೊಳಿಸಲೆಂದೋ, ಎಲ್ಲಿಂದಲೂ ಎರವಲು ತಂದು ಬಳಸುವುದಿಲ್ಲ, ತುರುಕುವುದಿಲ್ಲ.

ಅವಳದೇ ಲೋಕದ ಕಾಡುವ ಸಂಗತಿಗಳನ್ನು ಕಡು ಎಚ್ಚರದಲ್ಲಿ ತೀವ್ರತೆಯಿಂದ ಅಭಿವ್ಯಕ್ತಿಸುತ್ತಾಳೆ, ಅವು ಹೀಗೆ ಹೃದಯ ಸಂವಾದಿ ಕವಿತೆಗಳಾಗುತ್ತವೆ.

ಒಬ್ಬ ಕ್ರಿಯಾಶೀಲ ಮಹಿಳೆ, ತನ್ನ ಖಾಸಗಿ ಜಗತ್ತು ಮತ್ತು ವೃತ್ತಿ ಬದುಕಿನಲ್ಲಿ ಕಾಣಬಹುದಾದ ಅನುಭವಿಸಬಹುದಾದ ನೂರೆಂಟು ಸಂಗತಿಗಳಿಗೆ ಸೂಕ್ಷ್ಮಸಂವೇದಿಯಾಗಿ ವಿದ್ಯಾರಶ್ಮಿ ಪ್ರತಿಕ್ರಿಯಿಸುತ್ತಲೇ ಇರುತ್ತಾಳೆ. ಅವಳ ಕವಿ ಮನಸು ಗ್ರೂಪ್ ಫೋಟೋ, ಚದುರಂಗ, ಕೆರೆ-ದಡ, ಕಲೆ ಒಳ್ಳೆಯದು - ಇಂತಹ ಹಲವು ಗಂಭೀರ ಸೊಗಸಾದ ಕವಿತೆಗಳನ್ನು ನವಿರಾಗಿ ನೇಯುತ್ತಲೇ ಇರುತ್ತದೆ.

ಯುವ ಕವಿಗಳ ಪದ್ಯಗಳಲ್ಲಿ ನಮಗೆ ಸಿಗಬಹುದಾದ ಆಧುನಿಕ ಜಗತ್ತಿನ ತಲ್ಲಣಗಳು, ಕವಿತೆಯ ವಸ್ತು ವಿಸ್ತಾರದ ಹೊಸ ಸಾಧ್ಯತೆಗಳು, ವಿಷಯ ನಿರೂಪಣೆ ಯಲ್ಲಿರುವ ತಾಜಾತನ, ಭಾಷಾಬಳಕೆಯಲ್ಲಿ ಕಾಣಬಹುದಾದ ನವೀನತೆಗಳಿಂದ ಭರಪೂರ ಮೈದುಂಬಿಕೊಂಡಿರುವ ಸಂಕಲನವಿದು.

ಆದರೆ, ಇನ್ನೂ ಬೇರೆಯದೇನನ್ನೋ ಹೇಳುತ್ತದೆ ಎಂಬ ಅಗಾಧ ನಿರೀಕ್ಷೆಯಲ್ಲಿರುವಾಗ ಇದ್ದಕ್ಕಿದ್ದಂತೆಯೇ ಸರಳವಾಗುವ, ಗಹನವಾದದ್ದನ್ನ ಇನ್ನೂ ಮಥಿಸಿ ಹೇಳುವ ಸಾಧ್ಯತೆಗಳನ್ನು ವಿದ್ಯಾರಶ್ಮಿ ಇನ್ನು ದುಡಿಸಿಕೊಳ್ಳುತ್ತಾರೆ ಎಂಬ ಆಶಯ ನನ್ನದು.

ಅಕ್ಕಿ ತೊಳೆವುದು ಸುಲಭವಲ್ಲ, ಪದ್ಯ ರಚಿಸುವುದೂ!

ಬೆಳ್ಳಗೆ ತೊಳೆದು ಬೆಳಗಿದ ಮೇಲೆ, ಉರಿಯುವ ಬೆಂಕಿ ಇಟ್ಟುಬಿಡಿ, ಬೇಯುವುದು ಸುಖವಾಗಿ!!!

ಕಾವ್ಯ ರಚನೆಯು ಬೇಯುವ ಪ್ರಕ್ರಿಯೆ. ಅದು ಉರಿಗೆ ಕುದ್ದು, ಉಕ್ಕಿ ಸುರಿದರೂ ಬೆಂಕಿ ಆರದೆ, ಹದವಾಗಿ ಬೆಂದು, ಕಾವ್ಯ ರಸಿಕರಿಗೆ ಹೀಗೆ ಮುದ ನೀಡಲಿ.

– ಆರತಿ ಎಚ್ ಎನ್

ಗ್ರೂಪ್ ಫೋಟೋ

ನೆಲದಲ್ಲಿ ಸಿಕ್ಕ ನಗೆ

ಅಜ್ಜಿ ಆರಿಸಿ ದೇವರಿಗಿಟ್ಟ ಹೂವು ನೀನು
ಅಮ್ಮನಿಗೂ ಮೆಚ್ಚು,
ನಾನೂ ನೆಚ್ಚಿದೆ ಚೆಂದಕ್ಕೆ, ಗಂಧಕ್ಕೆ.
ಪ್ರತಿ ಮುಂಜಾನೆ ಇಳಿದಾಗ ಅಂಗಳಕೆ
ನೆಲದಲ್ಲೇ ನಿನ್ನರಳು ನಗೆ ಕಂಡು
ನನ್ನೊಳಗೂ ಅಯಾಚಿತ ನಗೆ ಮುಗುಳು.
ಈಗಲೂ ನಡೆವ ದಾರಿಯ ಬದಿಗೆ

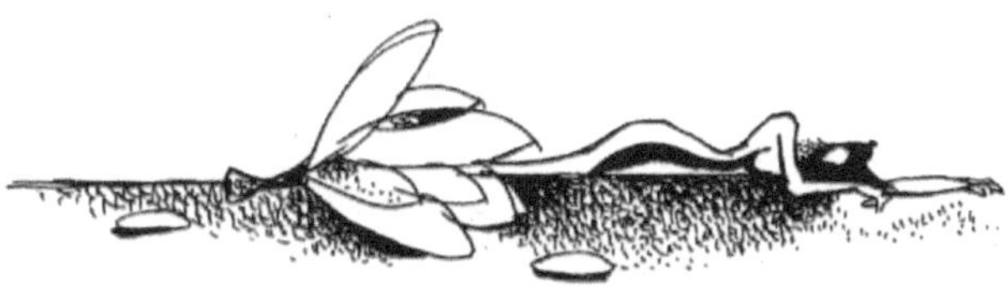

ಕೃಷ್ಣಪ್ರೀತಿಯ ನಿನ್ನ ಅರಳು
ಒಂದು ಕುಸುಮವನೆತ್ತಿ ಹೊರಳುವಾಗ
ಮುಖದ ಬಿಗಿ ಸಡಿಲಿಸೇ... ಪಿಸುಗುಡುತ್ತವೆ ನಿನ್ನ ಎಸಳು,
ಎಸಳೂ.
ಸಗ್ಗದಿಂದಿಳಿದವಳೆ, ನೆಲವ ನೆಚ್ಚಿದವಳೆ,
ಅಮ್ಮ-ಅಜ್ಜಿಯರಿಗೆಲ್ಲ
ನೋವುಂಡರೂ ನಗೆಯಾಡುವ ಸೂತ್ರ
ಇತ್ತವಳು ನೀನೇ ಇರಬೇಕು...
ಅಜ್ಜಿ ಹೇಳುತ್ತಿದ್ದರಲ್ಲ,
ನಾಳೆ ಎಲ್ಲ ಬಿಟ್ಟು ಹೊರಡುವಾಗ
ಗಂಧ ಉಳಿಯಬೇಕು ಕೂಸೇ, ಅಂದವಲ್ಲ.
ನೂರಾರು ಮೈಲಿ ದೂರದಲಿ ಅಮ್ಮತನ
ಕೈಹಿಡಿದಾಗಲೂ ನೆನಪಾಗುವುದು
ನಿನ್ನ ಘಮ ಹರಡಿದ ಸದ್ದು.

ಇರು ಇರು ಎಂದರೂ ಇರಲಾರೆನೆನ್ನುವ
ಕೋಮಲೆಯೇ,
ಅಂಗಿ ಕಳಚಿದ ಹಾಗೆ ತೊಟ್ಟು ಕಳಚುವೆಯಲ್ಲ
ಬದುಕ ಮೋಹದ ಮರದಲಿರುವವರಿಗೆಲ್ಲ
ನಿನ್ನ ದರುಶನವಾಗಲೊಮ್ಮೆ,
ಮತ್ತಾಗ
ಬಿಟ್ಟು ಹೊರಡುವುದು ಯಾರಿಗೂ ಕಷ್ಟವಲ್ಲ.
⌘

ನವಜಾತ ಕವನ

ನೀನೆಂದರೆ ಬಲುಮುದ್ದು ನನಗೆ
ಅಂಗಡಿಯಿಂದ ತಂದ
ಪುಟ್ಟಮ್ಮನ ಹೊಸ ಗೊಂಬೆಯಂತೆ,
ಮತ್ತೆ ಮತ್ತೆ ನೋಡುತ್ತೇನೆ
ಸವರುತ್ತೇನೆ, ಘಮ ಆಸ್ವಾದಿಸುತ್ತೇನೆ.

ಅಕ್ಷರದ ತೊಟ್ಟಿಲಲ್ಲಿ ಹೂವಂತೆ ಇರಿಸಿ
ನಿಧಾನ ತೂಗಿ, ನಿದ್ದೆ ಬಂತೆನ್ನುವಾಗ ಬಿಟ್ಟು
ಕೊಂಚ ದಿಟ್ಟಿಸಿ, ದೃಷ್ಟಿತಾಗೀತೆಂದು
ಕೆಲಸಕ್ಕೆ ಹೊರಟುಬಿಡುವೆ.
ಅರೆಯುವ ಬೀಸುವ ತಿಕ್ಕುವ ತೊಳೆವ
ಮಧ್ಯೆ ನೀನೆಲ್ಲೋ ಹೊರಳಿದಂತೆ...
ಓಡಿಬರುವೆ, ಹೊದಿಕೆ ಸರಿಮಾಡಿ
ಹೊರಳುವೆ.
ಯಾರೋ ಕರೆದಾಗಲೂ ನಿನ್ನ ಕರೆಯ ಧ್ಯಾನ,
ಬಂದು ಸುಮ್ಮನೇ ಕರಿಬೊಟ್ಟ ತಿದ್ದಿ
ಕೆನ್ನೆ ಸವರುವೆ.

ನೀನು ಏಳುವುದಕ್ಕೇ ಕಾಯುವುದು,
ಕಾಯುವುದೇನು ನನ್ನೊಳಗೆ ಎದ್ದೇ ಇದ್ದೀ ಸದಾ
ನೀನು ಹುಟ್ಟಿದ ಖುಷಿಗೆ ನನಗೀಗ ಜಾಗರಣೆ,
ಕಾದು ಹುಟ್ಟಿದ ಬೊಮ್ಮಟೆ,
ತೊಟ್ಟಿಲಿನಿಂದೆತ್ತಬೇಕು,
ಊಡಿಸಬೇಕು, ತೊಡಿಸಬೇಕು...

ಎಣ್ಣೆ ಹಾಕಿ ಮೀಯಿಸುವಾಗ
ಮೂಗು, ಬಾಯಿ, ತುಟಿಯನೆಲ್ಲ ತೀಡುವೆ
ಮಿಂದ ಬಳಿಕ ಘಮ್ಮೆನುವ ಪೌಡರು
ಅಂಗಿ ಹಾಕಿ ನಡೆಯಬಿಟ್ಟರೆ
ಪುಟ್ಟ ಪುಟ್ಟ ಹೆಜ್ಜೆಯಿಟ್ಟು
ಬರುವ ನನ್ನಯ ರಾಣಿ...

ಚೆಂದದ ಕೂಸು ನನ್ನಮ್ಮ,
ಅದೋ ಅವರಿವರೆಲ್ಲ ಬಂದರು
ನಡೆನಡೆದು ಹೋಗು ಮುದ್ದಮ್ಮ,
ಬಂಗಾರದ ಗೊಂಬೆ ಕಂಡು ಅವರೇನು ಹೇಳುವರೋ,
ಇದೋ ಅವರ ಕೈಗಿಡುವೆ,
ಅವರು ನಿನ್ನ ನೋಡಲಿ, ಹಾಡಲಿ, ಎತ್ತಿ ಮುದ್ದಾಡಲಿ,
ಇನ್ನೀಗ ನೀನು ಜಗದ ಕೂಸು.
⌘

ಭಾವನದಿ

ನಿಂತಲ್ಲೇ ಹುಟ್ಟಿದ
ಈ ಭಾವಸಾಲುಗಳು ಹರಿದಿವೆ ನದಿಯಂತೆ
ಬೆಟ್ಟವನೂ ಏರಿಳಿದು
ಕೊರೆದು ಕೊರಕಲ ಹಾದಿ

ನಗೆಯಳುವಿನ ಧಾರೆಗೆ
ಪಾತ್ರದ ಹಂಗಿಲ್ಲ
ತುದಿ ಮೊದಲ ಅಂಕೆಯಿಲ್ಲ
ಒಡ್ಡು ಹಾಕುವ ಶಂಕೆಯಿಲ್ಲ
ಕುಂತಲ್ಲೇ ಶರಧಿಯ ಉಕ್ಕು
ನವರಸ ಝೇಂಕಾರ

ತಾರುಣ್ಯದ ಭಾವಝರಿಗೆ
ಧುಮ್ಮಿಕ್ಕುವ ಅಬ್ಬರ
ಕಾನನದಲ್ಲೂ ಧುಮುಧುಮು
ಜಡಿಮಳೆಯ ಗುಸುಗುಸು
ಮನೋಪಾತ್ರ ಮುಸುಮುಸು

ಹರಿದೆ ಹರಿಯುವ ಮಾಯೆ
ಮೀರಿ ಕಾಲದೇಶದ ರೇಖೆ
ಝರಿಯ ಅಬ್ಬರಕೂ ಮಧ್ಯಗತಿ
ಉಬ್ಬರವಿಳಿದ ಮಂದ್ರ ಒಲವು
ಮೇಲೆ ಪ್ರಶಾಂತ ಸಲಿಲ,
ಎಲ್ಲ ಕಸ ಕಡ್ಡಿ ಇಳಿಯುತ್ತಿವೆ ತಳಕ್ಕೆ,
ಮತ್ತೆ ಮೇಲೇಳದ ರಸಾತಳಕ್ಕೆ...

ತಿಳಿಯ ಹದಕೂ ಬಗ್ಗಡದ ಬವಣೆ
ಇನ್ನೂ ಜುಳುಜುಳು ನಡೆಯಬೇಕು
ಸೋಸಿ ಸೋಸಿ ತಿಳಿಯಾಗಬೇಕು
ಇಕ್ಕೆಲದಿ ಗಿಡಗಂಟೆ ಹಕ್ಕಿಹಾಡು
ಕೇಳಿಬರಬೇಕು,
ಸಾಗರನ ಭೋರ್ಗರೆತ ಒಳಗೆಲ್ಲೊ ಕಾಡುತಿರಬೇಕು...
⌘

ಹಾವು-ಏಣಿ ಆಟ

ಒಂದೊಂದೇ ಚೌಕ ದಾಟಿ
ನಿಂತಿರುತ್ತೇನೆ ಗೆಲುವಿನ ಕೊನೆಯ ಮೆಟ್ಟಿಲಿನಲ್ಲಿ,
ಹಾವೊಂದು ಸಿಕ್ಕಿ ಜರ್‍ರನೆ
ಇಳಿದೇಬಿಡುವೆ ಕೆಳಕೆಳಗೆ

ಆಟದ ಹೆಜ್ಜೆಹೆಜ್ಜೆಯಲ್ಲೂ ಎಚ್ಚರೆಚ್ಚರ,
ಆದರೂ ಸಿಗದು ಸರಕ್ಕನೆ ಹತ್ತುವ ಏಣಿ
ಅಂಕೆಗಳ ಹಣೆಬರಹ ಹೇಳುವ
ದಾಳವನು ತಿರುಗಿಸಿ ಮುರುಗಿಸಿ
ಮಂತ್ರಿಸಿ ಹಾಕಿದರೂ ನಡೆಯದು ಮಾಯಾಜಾಲ,
ಕೊನೆಗದೇ ಮರುಗಾಟ
ಎದುರು ಕುಳಿತ ಮಗಳಿಗೂ
ಪಾಪ ಎನಿಸಿದೆ ಈಗೀಗ.
ಅವಳೇ ಮುಂದಿಡುತ್ತಾಳೆ ಅಮ್ಮನ ಕಾಯಿಗಳನೂ,
ನೋಡು ನೀನೂ ಹತ್ತಿಬಿಟ್ಟೆ ಏಣಿ
ಅನ್ನುವಾಗ ಬೆರಗು.
ಅದೋ, ಬಂದೆಯಲ್ಲ ಅಮ್ಮಾ
ಅನ್ನುತ್ತ ನನ್ನ ಕಾಯಿಗಳನ್ನೇ
ಚಲಾಯಿಸುವಳು ಮತ್ತೆ ಮತ್ತೆ.
ಸಂಭ್ರಮ ನನಗೆ,
ಗೆಲ್ಲುವ ಮಗಳು ಗೆಲ್ಲಿಸಲೂ ಬಲ್ಲಳೆಂದು.

ಮಧ್ಯದಲ್ಲಿ ಆಗಾಗ ಎದ್ದು ಹೋಗುವೆ,
ನನಗೆ ಕೆಲಸದ ನೆಪ
ಅವಳಿಗೋ ಮುನಿಸು
ಇಣುಕುತ್ತೇನೆ ಅಡುಗೆ ಮನೆಯಿಂದಲೇ...
ನೋಡಿ ಸಂಕಟ,
ಅವಳೂ ಕಲಿತಿದ್ದಾಳೆ ಒಬ್ಬಳೇ ಆಟವಾಡಲು!
ಒಂಟಿ ಆಟ ಅಭ್ಯಾಸವಾದರೆ ಕಷ್ಟವಪ್ಪ;
ಮತ್ತೆ ಬಂದು ಆಟಕ್ಕೆ ಕೂತಿದ್ದೇನೆ ನಾನೂ,
ಏಣಿಗಳು ನನ್ನನ್ನೇ ನೋಡಿವೆ ಆಸೆಯಿಂದ.
⌘

ಮಧ್ಯಂತರ

ಸಿಗಲೇಬೇಕು ಸಿನಿಮಾದ ಮಧ್ಯೆ ಒಮ್ಮೆ,
ಈ ಬಿಡುವು.
ಒಮ್ಮೆ ಎದ್ದು ಕಾಲಾಡಿಸಿ ಬೆಳಕು ನೋಡಿ
ಒಳಬರಬೇಕು
ತಿನಿಸು, ಪಾನೀಯಗಳನೆಲ್ಲ
ಹಿಡಿದು ತರಬೇಕು
ಅಕ್ಕಪಕ್ಕದಲಿ ಕೂತವರ
ನೋಡುತಿರಬೇಕು.
ಕುತೂಹಲದ ಘಟ್ಟಕ್ಕೆ ತಂದು ನಿಲ್ಲಿಸಿದನಲ್ಲ
ನಿರ್ದೇಶಕ, ಅವನ ಜಾಣ್ಮೆಗೆ ಸಲಾಮೆನ್ನಬೇಕು.
ಮುಂದೇನಾಗಬಹುದೆಂದು ಜತೆಗಿರುವ ಅವಳ
ಕಿವಿಯಲಿ ಪಿಸುಗುಟ್ಟಬೇಕು...
ಏನೂ ಇಲ್ಲದಿದ್ದರೆ ಎದ್ದು ಹೋಗೇಬಿಡಬೇಕು...
ಚಿತ್ರವೊಂದು ಪೂರ್ಣವಾಗುವುದು ಹಾಗೆಯೇ,
ಈ ಬಿಡುವಿನಿಂದ.

ಮಧ್ಯಂತರವೇ, ಒಂದು ಬಿನ್ನಹ.
ಬದುಕ ಚಿತ್ರ ಬರೆವಾಗ ಮಾತ್ರ ನಿನ್ನ ಬರವು ತರವಲ್ಲ
ಮನಸು ಹೇಳಿದಂತೆ ಚಿತ್ರ ಬರೆಯುವಾಗಲೆಲ್ಲ
ನಿನ್ನ ಆಗಮನವಾಗಿಬಿಟ್ಟರೆ ಎಲ್ಲವಕ್ಕೂ ಸ್ಥಾಗಿತ್ಯ,
ಅರ್ಧ ನಿಂತ ರೇಖೆಯ ಮತ್ತೆ ಮುಂದಕ್ಕೆಳೆಯಲಾಗದು
ನಿಂತ ಚಿತ್ರ ಇಡಿಯಾಗದು.
ಅವನ–ಅವಳ ನಡುವೆ ಶಾಶ್ವತ ಅಂತರವೇ ಉತ್ತರವಾಗಬಹುದು
ಲೆಕ್ಕ ಹಾಕುವುದು ಸುಲಭ,
ಇನ್ನರ್ಧವಿದೆ ಅಷ್ಟೇ...
ಜೀರ್ಣಿಸಿಕೊಳ್ಳುವುದು ಕಷ್ಟ,
ಬರಬೇಡ ನೀನು, ನಿಷ್ಕರುಣಿ.
⌘

ರಿಯರ್ ವ್ಯೂ ಮಿರರ್

ಮೊನ್ನೆ ವಾಕ್ ಹೊರಟಾಗ,
ಇದ್ದಕ್ಕಿದ್ದಂತೆ ಹೊಳೆದ ಹೊಸ ಐಡಿಯಾ,
ನಡೆಯುವಾಗಲೂ ಒಂದು ರಿಯರ್ ವ್ಯೂ ಮಿರರ್
ಎದುರಿಗಿದ್ದರೆ ಹೇಗೆ...
ಹೊಸದಾಗಿ ಗಾಡಿ ಓಡಿಸ ಕಲಿತ
ರಭಸದಲಿ ಹೇಳುವ ಮಾತಲ್ಲ,
ನಿಜಕ್ಕಾದರೆ ಬೇಕದು ಎಲ್ಲ ಹೆಣ್ಣು ಮಕ್ಕಳಿಗೂ.

ಮಟಮಟ ಮಧ್ಯಾಹ್ನವೂ
ಅಡರುವ ಬೆನ್ನಹಿಂದಿನ ಯಾರದೋ ವಾಸನೆ,
ತಿರುಗಿ ನೋಡಲಾರದ ಹಿಂಜರಿಕೆಗೆ
ಈ ಕನ್ನಡಿಯ ನೆರವು ಬೇಕೇಬೇಕು.

ತರಕಾರಿ ತರಲೆಂದು ಹೊರಹೊರಡುವ ಅವಸರಕೂ
ಮೈಮುರಿದು ನಗುವ ಎದುರು ಮನೆ ಗಂಡಸು,
ಹಿಂದೆಯೇ ಬಂದನೇನೋ ಅನಿಸಿ ಢವಗುಟ್ಟುವ ಎದೆಗೂ
ಇರಲಿ ಈ ದರ್ಪಣದ ಕವಚಭಾಗ್ಯ

ನಡುರಾತ್ರಿ ಆಫೀಸು ಪಾರ್ಟಿ ಮುಗಿಸಿ ಮನೆಯ
ಬಳಿ ನಡೆವಾಗ ಹಿಂದಿನಿಂದ ಝುಲ್ಲೆನಿಸುವ ಸಪ್ಪಳವ
ನೋಡಲಾದರೂ
ರಿಯರ್ ವ್ಯೂ ಮಿರರ್ ಎದುರಿನಲ್ಲೇ ನೇತಾಡುತ್ತಿದ್ದರೆ
ಎಷ್ಟು ಚೆನ್ನ...

ಪುರುಷರೇ, ನೀವೂ
ಒಂದು ಅಗೋಚರ ಕನ್ನಡಿ ಎದುರಿಗಿಟ್ಟುಕೊಳ್ಳಿ
ನಿಮಗಷ್ಟೇ ಕಾಣುವ ಆ ಮಿರರ್‌ನಲ್ಲಿ
ಬೆನ್ನ ಹಿಂದಿನ ಮಾತು ಕಾಣಬಹುದು
ಅವರಿವರು ಹೂಡುವ ಸಂಚು ರಾಚಬಹುದು
ಬೆನ್ನಿಗೂ ಕಣ್ಣಿದೆಯೆಂದು ಜಂಭ ಕೊಚ್ಚಿಕೊಳ್ಳಬಹುದು
ಅಂಗೈಯಲ್ಲೊಬ್ಬ ಪತ್ತೆದಾರನಿದ್ದಾನೆಂದು
ನಿರಾಳರಾಗಬಹುದು

ನೆನಪಿರಲಿ ಹುಡುಗ ಹುಡುಗಿಯರೇ,
ಈ ಕನ್ನಡಿಯೂ ಮೋಸ ಹೋಗಬಹುದು.
ಬೆನ್ನ ಹಿಂದಿರುವವರು ನಗುನಗುತ್ತಲೇ ಬಳಿಬಂದು
ಬೆನ್ನ ಸವರಿ ಚಾಕು ಹಾಕಿಬಿಟ್ಟರೆ
ಆ ನೋವು ನಿಮ್ಮದೇ, ಕನ್ನಡಿಯದಲ್ಲ.
ನಿಮ್ಮೊಳಗಿನ ಹೆಜ್ಜೆ ತಪ್ಪಾದರೂ
ಅದು ನೋಡುತ್ತಿರುತ್ತದೆ, ಪ್ರತಿಫಲಿಸದು...
⌘

ಬೈ ಟು ಕಾಫಿ

ಈಚೆಗೆ ಯಾಕೆ ಕಣೇ ಸಿಗುತ್ತಿಲ್ಲ ಕಾಫಿಗೂ?
ಹಿತವಲ್ಲವಂತೆ ಕಣೋ ಕಾಫಿ ಆರೋಗ್ಯಕ್ಕೂ...

ಮರೆತೇ ಹೋಯಿತಾ ಅಂದುಕೊಂಡೆ
ಕಾಫಿಯ ರುಚಿ ಮರೆಯುವುದೂ ಉಂಟೇ?

ಸಿಗುವುದಿಲ್ಲ ರಾತ್ರಿ ವಾಟ್ಸಪ್ಪಿನಲ್ಲೂ
ಕಾಫಿ ಕಡಿಮೆ, ನಿದ್ದೆ ಹೆಚ್ಚು ಈಗ

ಹಗಲಲ್ಲೂ ಪುರುಸೊತ್ತಿಲ್ಲದ ಕೆಲಸವಾ?
ಬೇಗ ಕೆಲಸ ಮುಗಿಸಿ ಮನೆ ಸೇರಬೇಕಲ್ಲವಾ...

ದಿನವೂ ಬರುತ್ತಿದ್ದವಳು ನೀನು
ಈಗ ಕಾಫಿ ಹೌಸ್ ದೂರವಾಗಿದ್ದು ಹೌದು

ಇಲ್ಲಿಯೇ ಅಲ್ಲವಾ ಮೊದಲು ಸಿಕ್ಕಿದ್ದು
ಆ ದಿನಗಳ ರುಚಿ ಮರೆಯಲಾಗದ್ದು...

ಆಗೆಲ್ಲ ಬಹುಹೊತ್ತು ಕೂರುತ್ತಿದ್ದೆ ಇಲ್ಲೇ
ಬಿಸಿ ಇರುತ್ತಿದ್ದದ್ದು ಕಾಫಿಯೇ

ಈಗ ಬಂದರೂ ಬಲು ಅವಸರ...
ತಣಿದ ಕಾಫಿ ಕುಡಿಯಬಹುದು ಸರಭರ

ಮಳೆ ಬರುವಾಗ ಜತೆಗೇ ಕುಳಿತು ನೋಡೋದು ಖುಷಿ
ಕಾಫಿ ಕಪ್ ಕೈಯಲ್ಲಿದ್ದರೆ ಇನ್ನೂ ಹೆಚ್ಚು ಬಿಸಿ

ಚಳಿಗೂ ಜತೆಗಿರಬೇಕು ಬಾರೇ...
ಹೆಚ್ಚು ಕುಡಿದರೆ ಉಷ್ಣ ಹೋಗೋ

ಆರೋಗ್ಯ ಚೆನ್ನಾಗಿದೆಯಲ್ಲ?
ಬಿಪಿ ಕೊಂಚ ಹೆಚ್ಚುತ್ತಿದೆಯಲ್ಲ

ಹುಷಾರು ನಿನ್ನ ನೋಡಿಕೋ
ನೀನೂ ಹೆಚ್ಚು ಕಾಫಿ ಕುಡಿಯಬೇಡ್ವೋ

ರುಚಿ ನೆನಪಿರುತ್ತದೆ ಬಿಡು
ಕುಡಿದಾಯ್ತು ಕಾಫಿ, ಹೊರಡೋಣ ಇನ್ನು

ಸಿಗೋಣ ಮತ್ತೆ ಕಾಫಿಗೇ
ಹೌದು, ಬೈ ಟು ಕಾಫಿಗೇ...
⌘

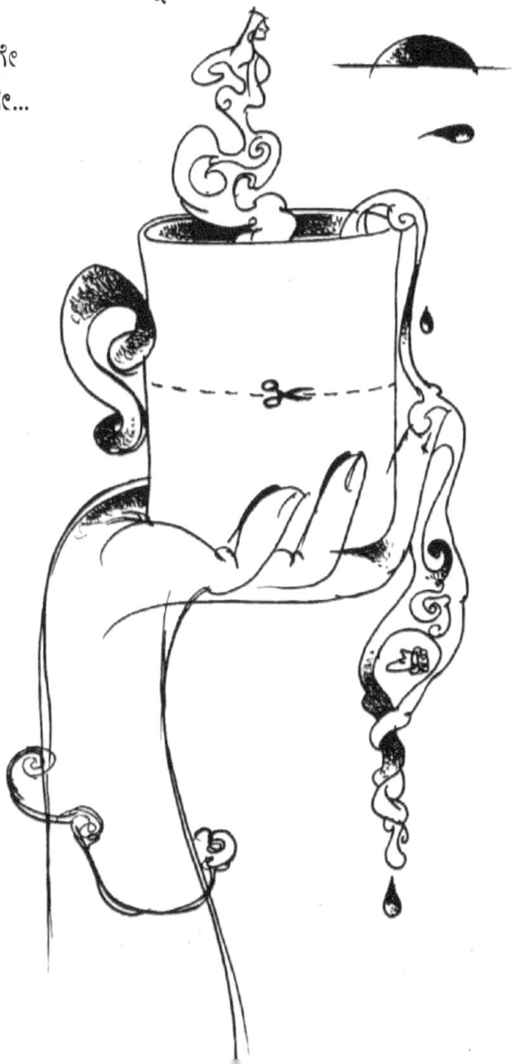

ನುಡಿ

ಕದ ತೆರೆಯಿತು
ಎದುರು ಮನೆಗಾರೋ ಬಂದರು
ಇಲ್ಲಿ ಸಡಗರದ ಮೊಗ್ಗು
ಅಲ್ಲಿಯೂ ಬಂದವರಾರೋ ಏನೋ ಕುತೂಹಲ...
ಭಾಷೆ ಬೇರೆಯಂತೆ, ಊಟ ಬೇರೆಯಂತೆ,
ದೂರ ನಿಂತರು ಇವರು;
ದೂರವಿಟ್ಟರು ಅವರೂ.
ಮುಚ್ಚಿದ ಬಾಗಿಲ ಮೀರಿ ಗಾಳಿಯಾಡಲಿಲ್ಲ,
ನುಡಿ ನಡೆಯಲಿಲ್ಲ

ನಡೆ ಕಲಿತ ಈ ಮನೆಯ ಕೂಸೊಮ್ಮೆ
ಹೊಸಿಲು ದಾಟಿತು
ಎದುರಾದ ಅವರ ಬಾಗಿಲು ತೆರೆಯಿತು
ಆ ಮನೆಯ ಕೂಸು ಈ ಮನೆಯ ಕಂದಮ್ಮ
ಜತೆಯಾದವು
ಅಮ್ಮಾ ಅಂದವು, ಅಜ್ಜೀ ಎಂದವು
ನುಡಿ ನಲಿಯಿತು.

⌘

ಅವಳೇ ತೆಗೆದ ಅವಳ ಚಿತ್ರ

ನೋಡುತ್ತಿರುತ್ತೇನೆ ಆಗಾಗ
ಅವಳ ಡಿಪಿಯ ಚಿತ್ರಪಟ
ಬದಲಿಸುವಳು ದಿನಕ್ಕೊಮ್ಮೆ
ಚೆಂದದ ಮುಖ
ಎಂತಹ ಭಂಗಿ, ಆಹಾ ವಯ್ಯಾರ
ದಿನಕ್ಕೆ ಒಂದು, ಎರಡು
ಕಣ್ಣಿಗೆ ಬೀಳುತ್ತವೆ
ಎಲ್ಲವೂ ಸೆಲ್ಫಿ ಚಿತ್ರಗಳು
ಅವಳೇ ತೆಗೆದ ಅವಳದೇ ಚಿತ್ರ
ಭಾನುವಾರದ ಒಂದು ಸಂಜೆಯ ಚಿತ್ರಪಟ,
ಸೋಮವಾರದ ನಿತ್ಯಕ್ಕೆ ಮತ್ತೊಂದು
ಮಂಗಳವಾರದ ಮುದಕ್ಕೆ ಇನ್ನೊಂದು...
ಖುಷಿ ಕೊಡುತ್ತಾಳೆ ನಗೆಯೊಂದಿಗೆ
ಟ್ರೆಂಡಿ ಹುಡುಗಿ,
ಹೊಸಹೊಸದಕ್ಕೆಲ್ಲ ಒಗ್ಗಿಕೊಳ್ಳುವಳು ಬೇಗಬೇಗ
ಮೆಚ್ಚದಿರುವುದು ಹೇಗೆ?

ದಿನದಿನವೂ ಅವಳೊಬ್ಬಳದೇ ಮೊಗ,
ಜತೆಗಾರೂ ಇಲ್ಲವೇ,
ಸಂದೇಹ ಹುಟ್ಟಿದೆ ಈಗೀಗ.
ಒಮ್ಮೆ ಕೇಳುವಾಸೆ,
ಚಿತ್ರ ತೆಗೆಯಲು ಜೊತೆಗಾರೂ ಇಲ್ಲವೇ,
ಇದ್ದರೂ ಬಾರರೇ?
ನೋವ ನೋಯಲು ಒಬ್ಬರು ಸಾಕು,
ಸಂಭ್ರಮಕ್ಕೆಲ್ಲ ಒಬ್ಬಳಿದ್ದರೆ ಚೆಂದವೇನೇ?
ಹೇಳುತ್ತಾಳಾ ಅವಳೊಳಗ...
ಯಾಕೋ ಈಗೀಗ ಸೆಲ್ಫಿ ಅಂದರೆ
ಒಳಗೇನೋ ಸಂಕಟ.

⌘

ಘಾಲೋ

ಅಪರೂಪಕ್ಕೆ ಉಟ್ಟ ಸೀರೆ
ನೆರಿಗೆ ಕೊಂಕಬಾರದೆಂಬ ಕಾಳಜಿ
ಮೆಲ್ಲಗೆ ಹತ್ತಿದ ಬಸ್ಸು
ಸಾಗಿದ್ದು ನವಿರು ನೆನಪಿನ ದಾರಿ
ಬಸ್ಸೊಮ್ಮೆ ಕಿರ್ರೆಂದು ಬ್ರೇಕು ಹಾಕಿ
ಮುಗ್ಗರಿಸಿದವಳ ಮೇಲೂ ಬಿದ್ದ ಮತ್ತಾರೋ,
ಸಾವರಿಸಲಷ್ಟು ಹೊತ್ತು.
ಯಾರೋ ಭುಜಕ್ಕೆ ಮೈಯುಜ್ಜಿದಂತೆ ಭಾಸ
ಭಾಸವಲ್ಲ, ಅದು ನಿಜವೇ
ನಿಂತಿದ್ದು ಗಂಡುಜಾತಿಯೇ
ಬೇರೆಲ್ಲೂ ಜಾಗವಿಲ್ಲ ಎಂಬಂತೆ.
ತಿರುಗಿ ನೋಡಿದೆ
ಕೊಂಚ ಸರಿದಂತೆ ಅಲುಗಿ ಬಂದು ನಿಂತಿತು ಮತ್ತದೇ ಜಾಗಕ್ಕೆ
ಬಿಟ್ಟಿದ್ದು ಬಿರುಗಣ್ಣು ಅಗಲಗಲ
ಊಹೂಂ ಅಲುಗಾಡಲಿಲ್ಲ ಪ್ರಾಣಿ
ಕೂಗಿ ಗುಲ್ಲೆಬ್ಬಿಸುವ ಕ್ರೋಧ,
ನೆನಪಾದವು ಬ್ಲೇಡ್, ಪೆಪ್ಪರ್ ಸ್ಪ್ರೇ ಸಾಲು ಸಾಲು...

ಬಂತು ಇಳಿಯುವ ಜಾಗ,
ಸದ್ಯವೆಂದು ನಿಟ್ಟುಸಿರಿಟ್ಟು ಇಳಿದು
ಹೊರಟದ್ದಾಯಿತು.
ಹತ್ತು ಹೆಜ್ಜೆ ನಡೆದಾಗ ತಡೆಯದೇ ತಿರುಗಿ ನೋಡಿದೆ,
ಅದೋ ಅದೇ ಮೃಗ...
ಎದೆ ಝಲ್ಲೆನಿಸಿ ಅತ್ತಿತ್ತ ನೋಡಿದರೆ ಕಾಡುವ ಕತ್ತಲು
ಇನ್ನೂ ಮುಂದಿಟ್ಟು ಎರಡು ಹೆಜ್ಜೆ,
ವಾರೆಗಣ್ಣು ಬೀರಿದಾಗ ಕೆಂಡದಂಥ ಕಣ್ಣುಗಳು
ನೆನಪಾದರು ನಿರ್ಭಯಾ, ನೀಲಿಮಾ, ಕುಸುಮಾ...
ಒಳಗೊಳಗೇ ಅದೆಷ್ಟು ಕರೆದರೂ
ಯಾವ ದೇವರೂ ಬರುವ ಸೂಚನೆಯಿಲ್ಲ...
ತಿರುಗಿ ನಿಂತುಬಿಟ್ಟೆ ಇದ್ದಕ್ಕಿದ್ದಂತೆ
ರೆಪ್ಪೆ ಬಿರಿವಷ್ಟೂ ಕಣ್ಣಗಲಿಸಿ,
ಎದೆ ನಗಾರಿ, ಮೈಯಲ್ಲಿ ಸಣ್ಣದೊಂದು ನಡುಕ...
ಕ್ಷಣ ನಿಂತು ಹೊರಟು ಹೋಯಿತು ಆ ಗಂಡು.

ಬಿರಬಿರನೆ ಹೊರಟಾಗ
ಡೇಕೇರ್‌ನಲ್ಲಿರುವ ಮಗಳದೇ ನೆನಪು.
⌘

ಹೊಸರುಚಿ

ತಟ್ಟೆಯಲಿಟ್ಟು ಕೊಡುವೆ
ಒಳಗಿನ ವಿಷಾದವ
ಬೇಕಿದ್ದವರು ಸಾಲುಗಟ್ಟಬಹುದು
ಇದರಲ್ಲೂ ಇದೆ ಬಣ್ಣ, ರುಚಿ,
ಶಕ್ತಿ...
ಬರಿದೆ ಹಸಿ ರಕ್ತ ಮಾಂಸವಲ್ಲ ಇದು
ಉಪ್ಪು, ಖಾರ, ಮಸಾಲೆ ಬೆರೆಸಿ ಹುರಿದು
ರುಚಿ ಬೆರೆಸಿ ಕೊಡುವೆ
ತಿಂದರೆ ಲಾಭವುಂಟು ಹಲವು
ಸೇವಿಸಿದರೆ ಹೆಚ್ಚುವುದು ರೋಗ ನಿರೋಧಕ ಶಕ್ತಿ
ಜಗದ ಎಲ್ಲ ಕಾಠಿಣ್ಯಕೂ ಕಠಿಣವಾಗಿ ನಿಲ್ಲುವ ಎಂಟೆದೆ
ಒಮ್ಮೆ ರುಚಿ ನೋಡಿದರೂ ಸಾಕು,
ಮತ್ತೆ ಬಿಡಲಾರಿರಿ
ಇಷ್ಟವಾಗಬಹುದು ಅದರದೇ ಮತ್ತು, ಉನ್ಮಾದ
ಒಮ್ಮೆ ತಿಂದಿರೋ ಮತ್ತದು ನಿರಂತರ ನಿಮ್ಮ ಸಖ,
ಖಾಲಿಯಾದರೆ ನೀವೂ ಖಾಲಿಯಾದೀರಿ ಖಚಿತ
ಅದರ ನಶೆ ಇಲ್ಲದಿರೆ ಶುರುವಾಗುವುದು ನಡುಕವೇ,
ಕಾಲಗರ್ಭದ ಬಡಬಾನಲಕೆ ಬರಿದೇ ಹೆದರಿ.
ನನಗಂತೂ
ನಿತ್ಯವೂ ಬೇಕು ಈ ಕಹಿಯಮೃತದ ಬಲ,
ಸೇವಿಸುತ ಸೇವಿಸುತ ಅದುವೇ ಪಾಯಸವಾಗುವ ಫಲ.

ಕವನ
ಸಂಕಲನ

ಉಂಟೇ ನಿಮಗೆ ಎದೆಗಾರಿಕೆ,
ಈ ವಿಶೇಷ ಖಾದ್ಯ ತಂದು ಬಡಿಸಲೇ?
ಬಂದವರು ಬಹಳುಂಟು ನಮಗೂ ಬೇಕೆಂದು,
ನಿನ್ನೆಳಲು ನನಗಿರಲಿ ಎಂದವರೂ.
ಕೊಡಲಾರೆ ನಿಮಗೆಲ್ಲ ಹೂಹೃದಯದವರೇ,
ಅದಾವುದೋ ಒಲವಿನುತ್ಕಟತೆಯಲಿ ಬಂದ ಮಾತಿಗೆ
ಇದನ್ನು ಭರಿಸುವ ಪರೀಕ್ಷೆ ಸಲ್ಲ
ನಿಮ್ಮ ತುಟಿಯ ಚಹಾವಲ್ಲ ಇದು
ನನದೊಗಿದ ಈ ವಿಶೇಷ ಖಾದ್ಯ
ನನಗಷ್ಟೇ ಸವಿ,
ನಾನೇ ಸವಿಯುತ್ತಿದ್ದೇನೆ ಚಪ್ಪರಿಸುತ್ತಾ ...
⌘

ಹೊಂದಿಸಿ ಬರೆಯಿರಿ

ಶಾಲೆಯಲಿ ಇದ ಕಂಡಾಗ ಬಲು ಹಿಗ್ಗು
ಪ್ರಶ್ನೆಗಳ ಮರುಭೂಮಿಯಲ್ಲಿ ಸಿಗುವ ಉತ್ತರದ ಓಯಸಿಸ್
ಸುಲಭವೋ ಸುಲಭ ಪದ ಹೊಂದಿಸುವುದು,
ಪತ್ರಿಕೆ ತುಂಬೆಲ್ಲ ಇದೇ ಪ್ರಶ್ನೆ ಇರಲೆಂಬ ಅತಿಯಾಸೆ
ನಿಧಾನವಾಗಿ ಸಾಕಾರವಾದಂತೆ,
ಬದುಕ ಹಾದಿಯಲಿ ಅದೇ ಪ್ರಶ್ನೆ
ಕೈಗೆ ಬಂದ ಧನವ ವೆಚ್ಚಕ್ಕೆ ಹೊಂದಿಸು
ಇರುವ ಹಚ್ಚಡವ ಹೊದೆವಾಗ ಹೊಂದಿಸು
ಕೊಟ್ಟ ಮನೆಯಲಿ ನಡೆವ ನಡೆ ಹೊಂದಿಸು
ನೆರೆಮನೆಯ ಮಾತಿಗೆ ಮನವ ಹೊಂದಿಸು
ಇರುವ ಸಂತೆಯ ರವರವಕೆ ಕಿವಿ ಹೊಂದಿಸು
ಬಿರುನೋಟಕ್ಕೆ ಅಕ್ಷಿಗಳ ಹೊಂದಿಸು
ಕಚೇರಿಯ ಕೆಲಸಕ್ಕೆ ಸಕಲ ಚಾತುರ್ಯಗಳ ಹೊಂದಿಸು
ಅವನಿಗವಳು ಹೊಂದಿ ಅವಳಿಗವನು ಹೊಂದಿ,
ಜನಿಸಿದ ಕೂಸಿಗೆ ಎಲ್ಲವನು ಹೊಂದಿಸಿ...
ಹೊಂದಿಸುತಲೇ ಇರು ಅದಕು ಇದಕು ಎದಕು...

ಪ್ರಶ್ನೆಯಲ್ಲವಿದು, ಬದುಕು ನೀಡುವ ಕಟ್ಟಾಜ್ಞೆ,
ಮಾಡಲೇಬೇಕಿರುವ ನಾಜೂಕಿನ ಟಾಸ್ಕು
ಕೊಂಚ ತಾಳಮೇಳ ತಪ್ಪಿದರೂ
ಕಡಿಮೆಯಾಗುವುದು ಅಂಕವಲ್ಲ,
ಏರುಪೇರಾಗುವುದು ಬದುಕಿನ ಬ್ಯಾಲೆನ್ಸ್ ಶೀಟು.
ತಪ್ಪು ಮಾಡಿದರೆ ಸಲ್ಲ, ಅಂದಾಜಿನ ಉತ್ತರಕೂ ಅವಕಾಶವಿಲ್ಲ
ಪ್ರಶ್ನೆ ಬಿಟ್ಟು ನಡೆವೆನೆಂದರೂ ಬಿಡಲೊಲ್ಲದ ದೊಂಬರಾಟ,
ಈ ಬದುಕು.

⌘

ನೀ ಬರೆದ ನನ್ನ ಮಾತು

ಅರರೆ, ಇವು ನನ್ನವಲ್ಲ ...
ನನ್ನದೇ ಸಾಲುಗಳ ಮಧ್ಯೆ ಸೇರಿಕೊಂಡ
ಹೊಸ ಪದಗಳಿವು...
ಯಾರಿವುಗಳ ಬರೆದವರು?
ಸಾಲುಸಾಲುಗಳ ನಡುವೆ ಹಾಕಿದೆ ದುರ್ಬೀನು,
ಹೊಳೆದವು, ಅವು ನಿನ್ನವೇ!
ಅದೇ ಭಾಷೆ, ಅವವೇ ಪದಗಳು,
ಎಲ್ಲ ಕೆತ್ತಿ ನಿಲ್ಲಿಸಿದವು ನಿನ್ನನ್ನೇ.
ನನಗೂ ಗೊತ್ತಿಲ್ಲದ ಹಾಗೆ
ಇಲ್ಲಿ ನೀ ಬಂದು ಸೇರಿಕೊಂಡೆ ಹೇಗೆ?
ಸುಳಿವೇ ಸಿಗುತ್ತಿಲ್ಲ
ಗಲಿಬಿಲಿ, ನಾ ಬರೆದ ಈ ಮಾತೆಲ್ಲ
ನನ್ನವೇ ಅಲ್ಲವಾ?
ಅ, ಆ ಅಪ್ಪನದು, ಭಾವ ಅಮ್ಮನದು,
ಲೆಕ್ಕ ಮೇಷ್ಟರದು, ಮತ್ತಾರೋ ಕಲಿಸಿದ ಇನ್ನೂ ಏನೇನೋ...
ಎಲ್ಲ ಸೇರಿ ನಾನು ನಾನಾಗಿ,
ನನ್ನದೆಂಬುವ ಇವುಗಳ ಮೇಲೆ
ನೀನು, ಅವರು– ಇವರೆಲ್ಲರ ಹೆಸರೂ ಇದೆ.
ನೀವು ಕಡ ಕೊಟ್ಟಿರಿ, ನಾನು ಋಣಿ
ಬರೆದು ಮುಕ್ತಳಾಗುವುದು ಆಸೆಯಷ್ಟೇ...
ಮತ್ತೀಗ,
ಒಪ್ಪಿಕೊಂಡಿದ್ದೇನೆ ನಿನ್ನ ಮಾತು ನನ್ನವೂ ಎಂದು.
⌘

ಇಯರ್ ಫೋನ್‌ನ ವೈರುಗಳು

ಆ ತುದಿಯ ಎಳೆದು ಬಿಡಿಸಹೋದರೆ
ಈ ತುದಿ ಒಳಗೆ ನುಸುಳಿ ಸಿಕ್ಕುಸಿಕ್ಕು
ಈ ತುದಿಯ ಬಿಡಿಸಿದರೆ
ಆ ತುದಿ ಕಗ್ಗಂಟು.
ಅರ್ಥವಾದನೆಂದು ಭಾಸವಾಗಿಸಿ,
ಅಲ್ಲೆಲ್ಲೋ ಅಪರಿಚಿತನಂತೆ ನಿಲ್ಲುವ
ಥೇಟ್ ಅವನ ಹಾಗೆಯೇ
ಈ ಇಯರ್ ಫೋನ್‌ನ ವೈರುಗಳು.

ಎಳೆದು ಎರಡೂ ತುದಿಗಳ
ಕಿವಿಗಿಡುವ ಧಾವಂತ,
ಸಮಯವಿಲ್ಲದೆ ಒರಟಾಗಿ ಎಳೆದಾಡಿದರೆ
ತುಂಡಾಗುವ ಭಯ,
ಬೆರಳೇ ನಡುವೆ ಸಿಕ್ಕಿ ನರಳುವ ಎಚ್ಚರ
ಸೈರಣೆಯಿಂದ ಬಿಡಿಸಬೇಕು
ಎಳೆದೆಳೆದು ಹರವಬೇಕು,
ಕೊನೆಗೊಲಿಯುತ್ತವೆ ಅವನಂತೆ
ಈ ಇಯರ್ ಫೋನ್‌ನ ವೈರುಗಳು.

ಎಲ್ಲ ಬಿಡಿಸಿ ಕಿವಿಗೆ ಹಾಕಿ ಕುಳಿತರೆ
ನಿರಂತರ ದನಿಪ್ರವಾಹ
ಒಲವ ಮೊರೆತದಂತೆ...
ಹೇಳಿದ್ದು, ಕೇಳಿದ್ದು ಮುಗಿದ ಬಳಿಕ
ಮತ್ತೆ ಮಡಿಸಿ ಮೂಲೆಗೆಸೆಯಬಾರದು,
ಆಗಾಗ ಕೈಗೆತ್ತಿ, ಬಿಡಿಸಿ ಕಿವಿಗಂಟಿಸಬೇಕು,
ಒಲವನು ಎದೆಯಲಿ ಕಾಪಿಡುವಂತೆ,
ಮರೆತರೆ ಗಂಟಾಗುವುವು ಬಲುಬೇಗ
ಈ ಇಯರ್ ಫೋನ್‌ನ ವೈರುಗಳು.

⌘

ಮಾತು

ಒಂದೂರಿನಲ್ಲೊಬ್ಬ ರಾಜ
ಅವನಿಗೊಮ್ಮೆ ಹಾವು ಕಚ್ಚಿತು...
ಅಂದಾಕ್ಷಣ ತಡೆದಳು ಮಗಳು;
ಹಾವೆಂಬ ಪದ ಬಂದಾಗಲೆಲ್ಲ
ತುಟಿ ಕಚ್ಚು ಅಂದಳು,
ಸಾವೆಂದು ಉಸುರಿದಾಗಲೂ
ಹಾಗೇ ಮಾಡಬೇಕಂತೆ,
ತಪ್ಪು ತಪ್ಪು ಎನ್ನುವಂತೆ.

ಪ್ರಮಾದದ ಮಾತು ಸತ್ಯವಾಗದಿರಲೆಂದು
ತುಟಿ ಕಚ್ಚುವುದು,
ಬಿದ್ದ ಮಾತಿಗೆ ನೊಂದುಕೊಳ್ಳುವುದು
ಹಾಗಾಗದಿರಲಿ ಎಂದು ಬೇಡುವುದು
ನಿತ್ಯದ ಅಭ್ಯಾಸವಾಯಿತು
ಒಳಗೊಳಗೇ ಪುಳಕವೂ,
ದೇವರಿಗೋ ಋಷಿಗಳಿಗೋ ಗೊತ್ತಾಗದ ಗುಟ್ಟಿಗೆ
ಯಾರೂ ಮಾಡಲಾಗದ ಮಾತಿನ ಮಾಯೆಗೆ.

ಹಲ್ಲು, ನಾಲಿಗೆಯ ದಾಳಿಗೆ ತುಟಿ ನೊಂದಿತು
ಸಾವ, ಕೊಲುವ ಮಾತಿಗೆಲ್ಲ ನೋಯಿಸುವಿರೇಕೆ,
ನಾಲಿಗೆಯ ತಪ್ಪಿಗೆ ನನಗೇಕೆ ಶಿಕ್ಷೆ ಎಂದಿತು.
ಕಟ್ಟಿಬಿಟ್ಟಿದ್ದೇನೆ ಮಾತಿಗೂ ಅಣೆಕಟ್ಟೆ
ಬಂದು ನಿಲ್ಲುತ್ತವೆ ಮಾತುಗಳು
ನಾಲಿಗೆಯ ತುದಿಗೇ,
ಮರಳಿ ಇಳಿಯುತ್ತವೆ ಒಳಕ್ಕೆ,
ಮನದಲ್ಲೀಗ ಸಾವಿರ ಮಾತುಗಳ ಸಮಾಧಿ.
⌘

ಮತ್ತೆ ...

ಮತ್ತೇನು ವಿಶೇಷ...?
ಸಿಕ್ಕಿದ್ದು ಬಹುಕಾಲದ ಬಳಿಕ,
ರಾಶಿ ಮಾತಿದ್ದರೂ ಏನಿಲ್ಲವೆಂಬಂತೆ ಭಾಸ
ಹೊರಟು ನಿಂತಾಗಲೊಮ್ಮೆ ಕೇಳುವನವನು,
ಮತ್ತೆ... ಇನ್ನೇನು?

ಎಲ್ಲೋ ತಳದಲ್ಲಿ ಹುದುಗಿದ
ವಿಶೇಷವಲ್ಲದ ವಿಶೇಷಗಳ ಎತ್ತಿ
ಮಧ್ಯದಲ್ಲೊಂದು ಪದವಿಶೇಷವ ನುಸುಳಿಸಿ
ಸಾದ್ಯಂತವೆಂಬಂತೆ ಹೇಳಿ ಕಿತ್ತಿಡುವಳು ಹೆಜ್ಜೆ.
ಈಗ ಮರಳಿ ಕೇಳುವನು ಪ್ರಶ್ನೆಯಲ್ಲದ ಪ್ರಶ್ನೆ,
ಮತ್ತೆ...?

ಅಷ್ಟು ಕೇಳಿದ ಮೇಲೆ ಕೊಡಲೇಬೇಕು ಉತ್ತರ,
ನೆನಪಿನ ಕೋಶವೆಲ್ಲ ಹುಡುಕಿ
ಎಂದಿನದೋ ಸಿಹಿ-ಕಹಿಯ ಮುಂದೆ ಸುರಿದು
ಇನ್ನೊಮ್ಮೆ ಸಿಗೋಣವೆಂದು ಹೊರಡುವಾಗಲೂ,
ಪಲ್ಲವಿ ಹಾಡುತ್ತಾನೆ, ಮತ್ತೆ...?

ಮತ್ತೆಯೆಂಬುದೆಲ್ಲ ನೆಪ,
ಇಲ್ಲಿ–ಈಗ ನಿಲ್ಲುವುದೇ ನಿಜ
ಗೊತ್ತಿಲ್ಲದ್ದೇನಲ್ಲ ಅವಳಿಗೂ.

ಅದು ಹಾಗೆಯೇ,
ನೋಟನೋಟಕ್ಕೂ ಎದೆಯೊಳಗಿಳಿದು
ಅರ್ಥವಾಗುವುದನ್ನು ಹೆಕ್ಕಿ
ಇಲ್ಲದುದ ಬುತ್ತಿ ಕಟ್ಟಿ
ಸರಿ, ಸಮಯವಾಯ್ತೆಂದು ನಡೆಯುವುದು
ಮತ್ತೆ ಸಿಗೋಣ ಅನ್ನುವುದು,
ಆಡಬೇಕಿರುವುದನೆಲ್ಲ ಪಟ್ಟಿ ಮಾಡುವುದು,
ಮತ್ತೆ ಸಿಗಲೆಂದು ಕನಸುತ್ತ ಇರುವುದು...
⌘

ಬೈತಲೆ

ನೇರವಾಗಿ ಎಳೆದ ಗೆರೆಯಂತಿರಬೇಕು ಬೈತಲೆ
ಅಂಕುಡೊಂಕುಗಳೇನೂ ಇಲ್ಲದೆ
ದಾರಿಯೆಂದರೆ ಹೀಗೆಯೇ ಇರಬೇಕು ಅನ್ನುವಂತೆ
ನೆಟ್ಟಗೆ ನೋಡಿದರೆ ದೃಷ್ಟಿ ಕೊನೆಮುಟ್ಟುವಂತೆ

ಸುಲಭವೇನಲ್ಲ ಬೈತಲೆ ತೆಗೆಯುವುದು...
ರಾಶಿ ಕೂದಲನ್ನೆಲ್ಲ ಒಮ್ಮೆ ಬಾಚಿ
ಅಂದಾಜಿನಲ್ಲೊಮ್ಮೆ ನೇರ ಗೆರೆ ಎಳೆದುಬಿಡಬೇಕು
ಆ ಗೆರೆಯನ್ನೇ ತಿದ್ದಿ ತೀಡಿ ಒಪ್ಪ ಮಾಡಬೇಕು
ನೂರೆಡೆ ಸೀಳಿಕೊಳ್ಳುವ ಕವಲುಗಳು,
ಮೆತ್ತಗೆ ದಾರಿ ತಪ್ಪಿಸಿಬಿಡುವ ಒಂದು ಕೂದಲ ಎಳೆ
ಎಲ ಎಲಾ, ಮನ ಚಂಚಲಗೊಳಿಸಲು ಅದೆಷ್ಟು
ಮೇನಕೆಯರೋ
ನೇರ ನಡೆಯುವುದು ಎಷ್ಟು ಕಷ್ಟ ಸ್ವಾಮೀ...

ಅಡ್ಡಕ್ಕೆಳಸುವ ಎಲ್ಲ ಎಸಳುಗಳ ಒಲಿಸಿ
ನಯವಾಗಿ ಬಾಚಿ ಬಾಚಿ ಇದೋ
ಬೈತಲೆ ತೆಗೆದು ಕೂದಲ ಗಟ್ಟಿ ಹಿಡಿದು
ಜಡೆ ಹೆಣೆಯುವಷ್ಟರಲ್ಲಿ
ತಲೆ ಅತ್ತಿತ್ತ ಓಲಾಡಿ ಜಡೆಯೇ ಅಂಕುಡೊಂಕು
ದಾರಿ ಸಿಕ್ಕರೂ ನೇರವಾಗಿ ಮುನ್ನಡೆಯುವುದು ಎಷ್ಟು ಕಷ್ಟ!

ಜಡೆ ಹೆಣೆದು ಮುಗಿದರೂ ಜಾಗ್ರತೆ ಇರಬೇಕು,
ಅಲ್ಲೊಂದು ಕೂದಲು ಎದ್ದು ಕೂರಬಹುದು,
ಹುಷಾರು, ಕೂದಲ ನಯಮಾಡಿಕೊಳ್ಳಿ,
ದಾರಿ ನಡೆವಾಗ
ಸಿಕ್ಕ ಮುಳ್ಳನೆಲ್ಲ ತೆಗೆದೆಸೆವಂತೆ.
ಕೊನೆಯಲ್ಲಿ ತೆರೆದುಕೊಳ್ಳಲಿ ಚೆಂದದ ಬೈತಲೆ
ಕನ್ನಡಿಯಲಿ ಕಂಡ ಮೊಗಕೆ ಸುಂದರ ನಗೆಭಾಗ್ಯ ಒಲಿದುಬಿಡಲಿ

ತಲೆಗೆ ಬೈತಲೆ ಚೆಂದ
ಗಮ್ಯಕೆ ದಾರಿ ಅಂದ
ನರೆಗೂದಲ ತಲೆಯಲೂ
ಒಡೆದುಬಿಡಲಿ ನೇರ ನವಿರು ಬೈತಲೆ
ಗುರಿ ಮುಟ್ಟಿದ ಸುಖಕೆ ಸಾಥಿಯಾಗಿ...
⌘

ಗ್ರೂಪ್ ಫೋಟೋ

ಸೆಲ್ಫಿ ತೆಗೆದಂತಲ್ಲ
ಈ ಗುಂಪುಚಿತ್ರ ಹಿಡಿಯುವುದು;
ಎಲ್ಲ ಹತ್ತು ಜನರೂ ಜೊತೆಗೇ ಬಂದು ನಿಲ್ಲಬೇಕು,
ಹನ್ನೊಂದಾಗಿ ಬೆರೆಯಬೇಕು.
ಒಬ್ಬರು ಮುನಿಸಿಕೊಂಡಿದ್ದರೂ
ಚಿತ್ರ ಸರಿ ಬಾರದು,
ನಗೆ ಸಾಂಕ್ರಾಮಿಕವಾಗಿ ಅರಳಿರಬೇಕು.
ಯಾರು ನಿಲ್ಲಬೇಕು, ಯಾರು ಕೂರಬೇಕು
ಎಲ್ಲಕ್ಕೂ ಒಂದು ಕ್ರಮವಿರಬೇಕು;
ಅವರನು ನಿಲ್ಲಿಸಿ ಇವರನು ಕೂರಿಸಿ
ಮತ್ತೀರ್ವರನು ಮಂಡಿಯೂರಿಸಿ
ಇವರಿಗೆ ಜಾಗ ಮಾಡಿ ಅವರನು ಒತ್ತಿ...
ಒಂದು ಅಮೃತಘಳಿಗೆಯಲಿ ಚಿತ್ರ ಸೆರೆಯಾಗಿಬಿಡಬೇಕು.

ಕ್ಲಿಕ್ಕಿಸಿದ ಮೇಲೆ ಎಲ್ಲರೂ ಏಕರೀತಿ ಕಾಣಬೇಕು,
ಒಂದೇ ರೀತಿ ಕಂಡರೂ ಅವರವರ ಚಂದ
ಎದ್ದು ಕಾಣಲೇಬೇಕು.
ತೆಗೆದ ಚಿತ್ರ ಬಹುಕಾಲ ಎಲ್ಲರೆದೆಯಲ್ಲೂ
ಬಾಳುವಂತಿರಬೇಕು.

ಇನ್ನಾವಾಗ ಇವರೆಲ್ಲ ಸಿಗುವುದೋ ಏನೋ,
ತೆಗೆದಾಗ ಚೆಂದಕೆ ತೆಗೆದುಬಿಡಬೇಕು.
ಮತ್ತೆ ಸಿಕ್ಕಾಗ ಇದೇ ಚಿತ್ರ ಸಿಗುವುದು ಸುಲಭವಲ್ಲ,
ಸಿಕ್ಕರೂ ಈ ಇವರೆಲ್ಲ ಹೀಗೆಯೇ ಇರುವುದಿಲ್ಲ
ಇದ್ದರೂ ಹೀಗೆಯೇ ಜತೆಗೆ ನಿಲ್ಲುತ್ತಾರೆಂಬುದು
ಖಚಿತವಿಲ್ಲ.

ಜೊತೆಜೊತೆಯಲಿ ಇರುವುದೆಂದರೆ ಹಾಗೇ, ಸುಲಭವೇನಲ್ಲ .

⌘

ಕವನ
ಸಂಕಲನ

ಚದುರಂಗ

ಕಾಲಾಳನು ಒಂದ್ಹೆಜ್ಜೆ ಮುಂದಿಡಲೂ
ಅಂಜುತ್ತಿದ್ದ ಕೂಸಮ್ಮನಿಗೆ
ರಾಜನ ತಲೆ ಉರುಳಿದ ಮೇಲೂ
ಆಟ ಮುಂದುವರಿಸುವ ತವಕ
ಮಂತ್ರಿಗಳೀಗ ಗೆಳೆಯರು,
ಜತೆಯಾಟವಾಡುತ್ತಾರೆ ಇನ್ನು ಮುಂದೆ;
ಉಳಿದ ನನ್ನ ಒಂದು ರಥ, ಎರಡು ಕಾಲಾಳು,
ನಿನ್ನ ಒಂದು ಕುದುರೆಯೊಂದಿಗೆ
ಮತ್ತೆ ಹೊಸ ನಡೆ ಶುರುವಾಗಲಿ
ಸೋತ ಕಾಯಿಗಳನೆಲ್ಲ ಒಂದೊಂದಾಗಿ
ಒಳತಂದರೆ ಮಣಿಯೂ ತುಂಬಿ ತುಂಬಿ
ನೋಡಲೆಷ್ಟು ಚಂದ ಅಂದಳು ಪುಟ್ಟಮ್ಮ.

ಸರಿ, ಆಟ ಹೊಸದಾಗಿ ನಡೆಯಿತು
ಯಾರಿಗೂ ತಡೆಯೊಡ್ಡದ, ಯಾರನ್ನೂ ಸೋಲಿಸಲೊಲ್ಲದ
ಸುಮ್ಮನೇ ಆಡುವ ಆಟ, ಸುಮ್ಮಾನವಿಲ್ಲದ್ದು
ರಾಜನಿಲ್ಲದ ಆಟ, ಪ್ರಭುತ್ವವಿಲ್ಲದ ನಡೆ.
ಹೊರಟಿತು ಇಷ್ಟಬಂದಂತೆ ಕರಿ–ಬಿಳಿ ತಲೆಗಳ ಸವಾರಿ
ಕರಿಯ ಕಾಲಾಳಿಗೆ ಬಿಳಿಯ ಸೈನಿಕ ದಾರಿಮಾಡಿದ,
ಆ ಆನೆಗೆ ತಡೆ ಹಾಕಿದವರಾರಿಲ್ಲ
ಈ ಕುದುರೆಯದಂತೂ ನಾಗಾಲೋಟ
ಇತ್ತಣ ಸೈನ್ಯವೆಲ್ಲ ಅತ್ತ ಹೋಗಿ ತಲುಪಿದವು
ಅತ್ತಣ ಸೈನ್ಯವೆಲ್ಲ ಇತ್ತ ಬಂದವು
ಯಾರ ತಲೆಯೂ ಉರುಳದೇ
ಹೆಜ್ಜೆ ಇಟ್ಟದ್ದೇ ಒಂದು ತಮಾಷೆ
ಕರಿ ಬಿಳಿ ಕಾಯಿಗಳ ನಡುವೆ ಈಗ ವೈರವಿಲ್ಲ
ಪೆಟ್ಟಿಗೆಯೊಳಗೆ ಮಾತಾಡುತ್ತಿವೆ,
ಮಣಿಯ ಮಡಿಕೆಯಲ್ಲೂ ನಗೆ ಸಿಲುಕಿದೆ.

⌘

ಬಾಂಬು

ಬೀಳಬಾರದು ದಢಕ್ಕನೆ
ಬಾಂಬು,
ಹೇಳದೆ ಕೇಳದೇ.
ಬೀಳಬಾರದು,
ಮುಂಜಾನೆಯ ಸಿಹಿ ನಿದ್ದೆಯಲಿರುವಾಗ
ಎಲ್ಲರೂ ನಿತ್ಯದ ಕೆಲಸದಲ್ಲಿರುವಾಗ
ಮನೆಮನೆಯ ಅನ್ನ ಬೇಯುತ್ತಿರುವಾಗ.
ಬೇಡವೇ ಬೇಡ,
ಹಸುಗೂಸುಗಳು ನಿದ್ದೆಯಲಿ ನಗುವಾಗ.
ಹಗಲ ಕೆಲಸ ಮುಗಿಸಿ ಮರಳುವಾಗಲೂ
ಅದು ಎದುರಾಗಬಾರದು.
ರಾತ್ರಿಯಲೆಲ್ಲೋ ಕಿಡಿಯೊಡೆದು
ಚಂದ್ರನಿಗೇ ಕಿಚ್ಚು ಹಚ್ಚುವುದಂತೂ ಸಲ್ಲ ಸಲ್ಲ

ಕೆಳಕ್ಕೆ ಹಾಕುವ ತುರ್ತಾಯಿತಾ,
ಕೊಟ್ಟುಬಿಡಿ ಮುನ್ಸೂಚನೆ
ವಾರ, ಸಮಯ ಹೇಳಿದರೆ ಅತ್ಯುತ್ತಮ
ಪ್ರಾರ್ಥಿಸಲೂ ಸಮಯ ಕೊಟ್ಟುಬಿಡಬೇಕು,
ಯಾವ ಸಾವುನೋವೂ ಆಗಬಾರದೆಂದು,
ಮತ್ತದು ನಿಜವೂ ಆಗಬೇಕು.
ಬಾಂಬು ಹಾಕಿದರೂ
ಅವಕಾಶವಿರಬೇಕು, ಗವಿ ಗಹ್ವರವ ಹೊಕ್ಕು ನಿಲಲು
ಗುರಾಣಿ ಹುಡುಕಿ ಹಿಡಿಯಲು.
ಯಾರನೂ ತಾಕದಂಥ ಕೊಡೆಯನೋ
ಗಿರಿಧಾರಿಯನೋ ಕಳಿಸಿದರೆ ಮಹಾಪ್ರಸಾದ.
ಹಿಡಿತ ತಪ್ಪಿ ಬಿದ್ದರೂ,

ಹೂವಾಗಬೇಕು ನೆಲ ಮುಟ್ಟುವಷ್ಟರಲ್ಲಿ
ದಿಗ್ಭ್ರಾಂತಿಯ ಬೆನ್ನಿಗೊಂದು ನಗೆಯಲೆ
ಹರಡಿಬಿಡಬೇಕು.
ಹಾಕುವುದಾದರೆ ಹಾಕಿಬಿಡಿ,
ಹೃದಯ ಬೆಸೆಯುವ ಬಾಂಬೊಂದನ್ನು...
⌘

ಕದ

ಬಾಗಿಲು ಇರಬಾರದು
ಇದ್ದರೂ ತೆರೆದಿಡುವ ಮನಸ್ಸಿರಬೇಕು
ತೆರೆದಿಟ್ಟರೂ ಯಾರದೋ ದಾಳಿಯ
ಆತಂಕವಿರಬಾರದು
ಬಾಗಿಲು ಇರಬಾರದು,
ಇದ್ದರಲ್ಲವೇ ಮುಚ್ಚುವ ಮನಸ್ಸಾಗುವುದು
ಒಳಗೇನನ್ನೋ ಬಚ್ಚಿಡುವ ಗುಟ್ಟು ಹುಟ್ಟುವುದು
ಬಾಗಿಲು ಇರಬಾರದು
ಇದ್ದರೂ ಅವರನು ಅದರೊಳಗೆ
ಇವರನು ಇದರೊಳಗೆ ಬಂಧಿಸಿಡುವ
ಕಾಠಿಣ್ಯ ಬರಬಾರದು

ಬಾಗಿಲು ಇರಬೇಕು
ಬಳಿ ಬಂದ ಅವರನ್ನು ಒಳಗೆ ಕರಕೊಳ್ಳಲು
ಬರಸೆಳೆದು ಬಿಗಿದಪ್ಪಿಕೊಳ್ಳಲು
ಬಾಗಿಲು ಇರಬೇಕು
ಹೊರಗಿನ ಗಾಳಿ ಒಳಬರಲು
ಒಳಗಿನ ಗಾಳಿ ಹೊರ ಹೋಗಲು
ಬಾಗಿಲು ಇರಲೇಬೇಕು
ಕೂತು ಉಣ್ಣುವುದಕ್ಕೆ,
ಕೂಸು ಕಂದಮ್ಮ ಓಡಿಯಾಡುವುದಕ್ಕೆ
ಬಾಗಿಲು ಇರಬೇಕು
ನೂರೆಂಟು, ದ್ವಾರಕೆಯಂತೆ
ಇಲ್ಲವರು ಬಂದರೂ ಅಲ್ಲಿ ಹೋಗಲು
ಇಲ್ಲಿ ವಿಷಗಾಳಿ ಹೊಕ್ಕರೂ ಆ ಬದಿಯಲ್ಲಿ ಬಿಟ್ಟುಬಿಡಲು
ಬಾಗಿಲು ಇರಲಿ,
ಇದ್ದೂ ಇರದಂಥ ಕದವೊಂದು ಇರಲಿ
ಬಂದಿಯಾಗಿಸದ ಬಾಗಿಲೊಂದಿರಲಿ.

⌘

ಗುಲಾಬಿ

ನಯವನ್ನೇ ನಾಚಿಸುವ ಮೈ
ಹಾಗೊಮ್ಮೆ ಹೀಗೊಮ್ಮೆ ಅಲುಗುವ ದಳಗಳು
ಎಳೆಗಾಳಿಯ ಮನವೂ ತೂಗುಯ್ಯಾಲೆ!
ಹಿಮವೇ ಬಳುವಳಿಯಿತ್ತ ಶ್ವೇತವರ್ಣ
ಘಮ್ಮೆನುವ ನಸುಬಿರಿದ ಹೂ ಪಕಳೆ
ಹಾದು ಹೋದವರಿಗೆಲ್ಲ ಮುಟ್ಟುವಾತುರ
ಪರಚಿ ಅಂದ ನೋಡುವ ಕೀಟಲೆ
ಚೆಂದಕೆ ಅರಳಿ ನಿಂತರೆ ಹಿತವಾಗದು,
ಕೆಳಗೆಳೆದು ತುಳಿಯುವ ತವಕ ಕೆಲವರಿಗೆ
ಅವರ ತುಳಿತ ಇವರ ಪರಚು
ಎಲ್ಲ ಸೇರಿ ಮೈ ದಿನೇದಿನೆ ಒರಟು ಒರಟು
ಕೈ ಕಾಲು ಮೈಯಲ್ಲೂ ಎದ್ದ ಮುಳ್ಳು
ಸವರಿದಲ್ಲೆಲ್ಲ ಅವರಿಗೇ ಗಾಯ
ಇದುವೇ ಆ ಪರಿ ನಯವಿದ್ದ ಹೂವು?
ಕಂಡವರಿಗೆಲ್ಲ ಬೆರಗು
ಒಳಗೊಳಗೇ ಜಾಣ ಎಚ್ಚರ,
ಸವರದಿರಿ, ಚುಚ್ಚುತ್ತದೆ ಜೋಪಾನ.
ಮನಸೆಳೆವ ಹೂವಿಗೀಗ ಕೆಂಬಣ್ಣ,
ಮುನಿಸಿಗೋ ನೋವಿಗೋ ಅವರಿವರ ಒಲವಿಗೋ...
ಉಸುರುತ್ತಿದೆ, ನನ್ನದೇನೋ ತಪ್ಪಿಲ್ಲ...
ಯಾಕೋ ಅವಳದೂ ಅದೇ ದೂರು ಈಗೀಗ...

⌘

ಕವನ
ಸಂಕಲನ

ಮಾರ್ಜನ

ಅಕ್ಕಿ ತೊಳೆಯುವುದು ಸುಲಭವಲ್ಲ
ಮುಳುಗುವಷ್ಟು ನೀರು ಹಾಕಿ
ಮೆಲ್ಲಗೆ ಕೈಹಾಕಿ ತೊಳೆಯಬೇಕು
ಧೂಳು ಹೋಗುವಂತೆ,
ಕಾಳಿಗೂ ನೋವಾಗದಂತೆ.
ತೊಳೆದು ನೀರ ಚೆಲ್ಲುವಾಗ
ನೆಲ್ಲಿನ ಸಿಪ್ಪೆ, ಕಸ, ಕಲ್ಲು
ಎಲ್ಲವೂ ಸೋರಿ ಹೋಗಬೇಕು
ನಾಲ್ಕು ಹನಿ ಕಣ್ಣೀರೂ ಜತೆಗೆ.
ಅಕ್ಕಚ್ಚು ಉಳಿಯದಿರಲಿ,
ಬೇಡದ ಕಹಿ ನೆನಪೂ ಹೀಗೆ.
ತೊಳೆವ ಭರಕೆ ಒಂದು ಕಾಳೂ
ಹೊರ ಹೋಗದಿರಲಿ ಎಚ್ಚರ,
ಎಲ್ಲರೂ ಇದ್ದರಷ್ಟೇ ಅದು ಸಂಸಾರ.
ಇಲ್ಲಿ ಸಲ್ಲದ ಹೆಸರುಕಾಳೋ, ಬಟಾಣಿಯೋ
ಸಿಕ್ಕರೆ ಎತ್ತಿಟ್ಟಿರಿ ಸಂಜೆಗೆ,
ಅವನ ನೆನಪಿನ ಹಾಗೆ.
ಮೂರು ಸಲ ತೊಳೆದಾಗ
ಬಣ್ಣ, ಧೂಳು ಎಲ್ಲ ತೊಲಗಿ
ಬೆಳ್ಳನೆ ಬೆಳಗಬೇಕು ಅಕ್ಕಿ,
ಕರಿ ಚುಕ್ಕೆಯೂ ಇರದಂತೆ.
ಇಷ್ಟಾದರೆ ಉರಿವ ಬೆಂಕಿಗಿಟ್ಟುಬಿಡಿ,
ಬೇಯುವುದು ಸುಖವಾಗಿ.

⌘

ಕಡಲ ತಡಿಯ ನಡಿಗೆ

ಸಾಗರದ ದಡದಲ್ಲಿ ನಡೆಯುವುದು ಬಲು ಕಠಿಣ
ಹುದುಗಿ ಹೋಗುವವು ಪಾದ ಉಸುಕಿನಲ್ಲಿ
ಸಡಗರವೆ ನಡಿಗೆ ಮೊದಮೊದಲು
ಸರಕ್ ಸರಕ್ ಸದ್ದಿನ ಸಂಗೀತ
ಹೆಜ್ಜೆ ಇಟ್ಟು–ತೆಗೆವ ಮಕ್ಕಳಾಟಿಕೆ,
ನಗೆಯು ಟಿಸಿಲೊಡೆದಂತೆ ಹೂಬಿಸಿಲ ಹಗುರು.

ದೂರ ನಡೆದಷ್ಟೂ ಮುಗಿಯದ ಏರಿಳಿತ,
ಮರಳ ಬಿಸಿಯುಸಿರಿನಪ್ಪುಗೆ
ಶಿರದ ಮೇಲೂ ಹರಡಿದೆ ಬಿಸಿಲ ಚಪ್ಪರ
ನೆನಪಾಗಬಾರದು ಕೊಡೆಯ ಹಿಡಿಕೆ ಈಹೊತ್ತಿಗೆ.
ಆಲಿಸದೆ, ಕಾಣದೆ ನಡೆಯಲಾಗದು ಮುಂದೆ;
ಕಣ್ಣ ಮಿಟುಕಿಸಲೊಂದು ಗಾಜ ಚೂರು,
ಕಲ್ಲಿನ ಒತ್ತು, ಮುಳ್ಳಿನ ಚುಚ್ಚು ಅಡಿಗಡಿಗೆ.
ನಿಂತರೆ ಕುದಿ, ಓಡಿದರೆ ತೊಡಕು
ಹೆಜ್ಜೆ ಇಕ್ಕುವುದೊಂದೇ ದಾರಿ ಕಡೆಗೆ.

ಒಬ್ಬರೇ ನಡೆದರೆ ಇನ್ನಿಲ್ಲದ ಏದುಸಿರು
ಜತೆಗೆ ಹಿಡಿಯಲೊಂದು ಕೈ ಸಿಕ್ಕರದೆ ಸ್ವರ್ಗ,
ಇನ್ನು ಕಾಲೆತ್ತಿಡುವುದು ಹಗುರ ಹಗುರ.
ಆ ಮಕ್ಕಳ ಕಪ್ಪೆ ಮನೆ
ಈ ಇವರ ಮುಟ್ಟಾಟ, ಓಡಾಟ
ಎಲ್ಲ ನೋಡುತ ಮಾತನಾಡುತ
ನೆರಳು ಸಿಕ್ಕಲ್ಲೊಮ್ಮೆ ನಿಂತು
ಹೊಯ್ಗೆಯಲೇ ಹೆಸರ ಬರೆದುಬಿಡಬೇಕು,
ಅಳಿಸುವುದು ಬಿಡುವುದು ಅಲೆಗೆ ಬಿಟ್ಟು
ಮುಂದೆ ಸಾಗಿಬಿಡಬೇಕು...

⌘

ಕವನ
ಸಂಕಲನ

ಕೆರೆ-ದಡ

ನೀರಿಲ್ಲದ ಕೆರೆ ಏರಿಯಿಲ್ಲದ ದಡ
ಅಲ್ಲಿಯೇ ನಿರಂತರ ಏರಿಳಿತ,
ಕೆರೆ–ದಡ ಕೆರೆ–ದಡ
ದಡ ದಡ ದಡ ಕೆರೆ
ಕೆರೆ ಕೆರೆ ದಡ
ಇದಲ್ಲವಾದರೆ ಅದು
ಅದಲ್ಲವಾದರೆ ಇದು
ಅಲ್ಲಿ ಏರಿ ನಿಲ್ಲಬೇಕು
ಇಲ್ಲಿ ಇಳಿಯಬೇಕು
ನಿಂತು ಸುಧಾರಿಸಲು ವೇಳೆಯಿಲ್ಲ
ಎಲ್ಲವೂ ಕ್ಷಣದ ಮಾತು
ಇಡುವ ಹೆಜ್ಜೆ ನಮ್ಮದೇ,
ಆದೇಶ ಅದೋ ಅವರದು
ಆ ನುಡಿಯ ಆಲಿಸಬೇಕು,
ದೇಹವೂ ಮನವೂ ಜತೆಗೇ ಇರಬೇಕು.
ಕ್ಷಣ ಹದ ತಪ್ಪಿದರೂ
ಆಟದಿಂದ ಹೊರಗೆ ಖಚಿತ
ಅನುಕಂಪದ ದೃಷ್ಟಿಯಷ್ಟೆ ಸೋತವರಿಗೆ,
ಕೆರೆಯಲಿ ನೀರು ತುಂಬುವುದೇ ಇಲ್ಲ
ದಡಕೆ ಏರಿ ಕಟ್ಟಲಾಗುವುದೂ ಇಲ್ಲ.

ಕಣದಲ್ಲಿ ಉಳಿದವರು ನಿರಾಳರಲ್ಲ
ಗೆಲುವೂ ಅಂತಿಮವಲ್ಲ
ಬರೀ ಜಿಗಿತ
ಇಲ್ಲ ಹಿಂದಕ್ಕೆ ಇಲ್ಲ ಮುಂದಕ್ಕೆ
ಆಜ್ಞಾನುಸಾರ ಆ ಕ್ಷಣಕ್ಕೆ
ಹಿನ್ನೆಗೆತವೂ ಗೆಲುವು, ಮುನ್ನೆಗೆತವೂ ಸೋಲು!
ಆಡುತ್ತಲೇ ಇರಬೇಕು,
ಮೈಯೋ ಮನವೋ ಬಳಲುವತನಕ
ಕೊನೆಗೆ ಸೋಲೊಪ್ಪಬೇಕು
ಆಟ ನಿಲ್ಲುವುದು ಅವರ ಪಾಲಿಗಷ್ಟೇ

ನಿಜಕ್ಕೂ ಕೆರೆಯೂ ಇಲ್ಲ, ದಡವೂ ಇಲ್ಲ
ಆದರೂ ಆಡಿಸುವವರಿದ್ದಾರೆ
ಆಡಿಸುವವರೂ ಆಟಗಾರರೇ...
ಇನ್ನೆಲ್ಲೋ
ನಡೆದೇ ಇದೆ ಇನ್ನಾರದೋ ಆಟ,
ಕೆರೆ ದಡ ಕೆರೆ ದಡ
ದಡ ದಡ ದಡ ಕೆರೆ...
⌘

ಶಂಕೆ

ಒಳಗೆ ಅದುಮಿಟ್ಟ ಪಾದರಸ
ಮೇಲೆ ಏರಿ ಏರಿ
ನಭ ಮುಟ್ಟಿತೆನ್ನುವಾಗ
ಸ್ವಲ್ಪ ಕೆಳಕ್ಕಿಳಿದು ಹಾವು ಏಣಿಯಾಟ
ಜೀವರಸಕ್ಕೇ ಜೀವ ಬಂದಂತೆ

ಶಂಕೆ ಹೊಕ್ಕುದು ಯಾವಾಗ
ಹೊರಗೆ, ಒಳಗೆ, ಹೊಸ್ತಿಲಲ್ಲೇ...
ಕಾಲಾಂತಕನಿಗೆ ಕಾಲದೇಶದ ಹಂಗೇ
ಜಗದ ಜಳಕವೆಲ್ಲ ಮಾಡಿ ಮುಗಿಸಿ
ಒರೆಸಿದ ಮೈಯ ಒಳಗೆಲ್ಲ
ಹರಡಿಹೋಗಿದೆ ಮಣ್ಣವಾಸನೆ
ಇಲ್ಲೀಗ ಬಿದ್ದ ಎಲೆಗಳಿಗೆ ಲೆಕ್ಕವಿಲ್ಲ
ಜರಡಿಯಾಡುವ ಕೈಗೆ ಕನಿಕರವಿಲ್ಲ

ಅಲ್ಲಿ ಇಲ್ಲಿ ಎಲ್ಲೆಲ್ಲೂ ಕಿರಿಕಣ್ಣು
ಕಣ್ತೆರೆಯದ ಶಿಶುವಿಗೂ ಸೋಕಿದ ಕಣ್ಣು
ಬಂಧನ, ದಿಗ್ಬಂಧನ, ಅಂತರದ ಭಾರ
ನಡುಗಡ್ಡೆಯಾಗುವ ಹೊತ್ತು
ಲೋಕದ ಕಣ್ಣಲಿರಲೊಂದು ಕಾಲುದಾರಿ
ಜಗದ ಕಂದರು ಮಲಗಿಹರು ದಯೆಯಿರಲಿ

ಪ್ರಾರ್ಥನೆಯ ಹೊತ್ತು ಇದು,
ಬೆವರಿದಂತಿದೆ...
ಈಗ ತಾಪ ಇಳಿದಂತಿದೆ,
ಜೀವ ಬಂದಂತಿದೆ...
⌘

ಸಹಿಷ್ಣುತೆ

ಅವನು ಅಲ್ಲಿ ಇಟ್ಟ ವಸ್ತು
ಇವಳೇಕೋ ತೆಗೆದಳು
ಬಳಸಿ ಇಡುವಾಗ ಜಾಗ ಕೊಂಚ ಬದಲು,
ಅವನೋ ಸಿಡಿವ ಕೆಂಡ.
ಮನೆಯ ಹೊರಗಿನ ಇವನ ಜಾಗದಲ್ಲಿ
ಪಕ್ಕದ ಮನೆಯವರ ವಾಹನ ನಿಂತಿದ್ದೇ
ದೊಡ್ಡ ರಂಪವಾಯಿತು.
ಸೊಸೆ ಮಾಡಿದಡುಗೆಯಲ್ಲಿ
ಅತ್ತೆಗೆ ಕಾಣುತ್ತಿತ್ತು ಮುಗಿಯದ ಕೊಂಕು.
ಅತ್ತ, ತಾತನ ಸಿಡುಕು
ಇವರ ಆವರಣಕ್ಕೆ ಕಾಯಿ ಬಿತ್ತೆಂಬುದೇ ಕಾರಣ...

ನೋಡುತ್ತಲೇ ಇದ್ದ ಮನೆಯೊಳಗಿನ ಪುಟಾಣಿ,
ಮರುದಿನ ಬೆಳೆದು ನಿಂತ.
ಮೀಸೆಬಂದ ಹುಡುಗನಿಗೆ
ಯಾರೋ ಹೇಳಿದ ಮಾತು ಮನ ಉರಿಸಿತು
ಸಹಿಸಲಿಲ್ಲ ಹುಡುಗ,
ಮಚ್ಚು ತಂದು ಕೊಚ್ಚಿ ಹಾಕಿ ಬಂದ.
ಎಲ್ಲರೂ 'ಅಸಹಿಷ್ಣುತೆ' ಎಂದು ಪುಟಗಟ್ಟಲೆ
ಬರೆದರು ನಾಲ್ಕು ದಿನ.
ಪುಟ್ಟ ಜೈಲುಪಾಲು.

ಮರುದಿನ ಪುಟ್ಟನ ಎದುರು ಮನೆಯಲ್ಲಿ
ಎಂದಿನಂತೆ ಶುರು,
ಅವನ-ಅವಳ ಧುಸುಮುಸು,
ವಾಹನ ನಿಲ್ಲಿಸಿದ್ದಕ್ಕೆ ಗದರಿಕೆ,
ಅತ್ತೆ-ಸೊಸೆ ಜಗಳ...
⌘

ನಿರ್ಗಮನ

....Left
ಸಂದೇಶ ಕಣ್ಣನಿರಿಯುತ್ತದೆ,
ಎದೆಯನೇ ಇರಿದಂತೆ
ನಾಲ್ಕಕ್ಷರವಷ್ಟೇ,
ತರುವುದು ದುಗುಡದ ಪ್ರವಾಹ

ಅವರೇ ಕಟ್ಟಿದೊಂದು ಪುಟ್ಟ ನೆಲೆ
ಅವರ ಸುತ್ತಲೇ ಇವರೆಲ್ಲ ಮುತ್ತಿಕೊಂಡು
ಕೆಲವರನು ಇವರು ಕರೆತಂದು
ಕೆಲವೊಮ್ಮೆ ಅವರೇ ಒಳಹೊಕ್ಕು ನಿಂತು
ನೆಲೆ ಬೆಳೆದಂತೆ ತಾವೂ ಬೆಳೆದವರು
ಇದ್ದಕಿದ್ದೊಡೆ ಹೊರಟರೆ ಇರುವವರಿಗೆ ಕಷ್ಟ
ಬೀಳ್ಕೊಡುವುದು ಕಡುಕಷ್ಟ,
ವಿದಾಯ ಹೇಳದಿರುವುದು ಸಜ್ಜನಿಕೆ ಅಲ್ಲ.

ಜೀವಂತಿಕೆಯ ಸಮೂಹದಲಿ
ಯಾವ ಜೀವವೂ ಅಸಮವಲ್ಲ
ಹೊಸಕೂಸಿಗೂ ಆದರ, ಹಳೆ ಮನಸಿಗೂ ಮನ್ನಣೆ
ಯಾರೇ ಹೊರ ಹೋದರೂ ಗುಂಪಿನಲಿ ಸೂತಕ.

ನೆಪಗಳಿಲ್ಲ ನಿರ್ಗಮನಕ್ಕೆ
ಗುಂಪಿನ ರೀತಿಯೇ ಅಷ್ಟಲ್ಲವೇ,
ಗುಂಪಿನಲಿ ಒಳಗೊಳ್ಳಬೇಕು, ಬೆರೆಯಬೇಕು
ಸಮಯ ಸಾಕೆಂದಾಗ ಬಿಟ್ಟು ಹೊರಡಬೇಕು.

ಆಗಮನಕೂ ಬಾಗಿಲಿದೆ, ಮುನಿಸಿನಲಿ ಹೊರ ಹೋದವರಿಗೆ.
ಕಾಲ ಎಳೆದೊಯ್ದವರಿಗೆ ಇಲ್ಲಿ ದ್ವಾರವಿಲ್ಲ.
ಒಬ್ಬೊಬ್ಬರಿಗೂ ಒಂದೊಂದು ಸಮಯ,
ತೆರೆವ ಕದಕೆ ಕಾಯಬೇಕು
ಅಲ್ಲಿವರೆಗೆ ಹೊರಹೋದ ಅವರ ನೆನಪಿನಲಿ ಬೇಯಬೇಕು.
⌘

ಕಲೆ ಒಳ್ಳೆಯದು

ಬಾರಿ ಬಾರಿ ತಿಕ್ಕಿದರೂ
ಹೋಗುವುದಿಲ್ಲ ಕೆಲವೊಮ್ಮೆ,
ಜಗಮೊಂಡ ಕಲೆ
ನಿಂತೇಬಿಡುತ್ತದೆ ಜಾಗ್ರತೆ ತಪ್ಪಿದರೆ,
ಇದ್ದುಕೊಳಲಿ ಬಿಡಿ, ಕಲೆ ಒಳ್ಳೆಯದು.

ಹುಟ್ಟುವಾಗ ಬಿಳಿಯ ಬೊಮ್ಮಟೆ ಕೂಸು
ಬೆಳೆಬೆಳೆಯುತ್ತ ನೂರೆಂಟು ಮಚ್ಚೆ, ಕಲೆ
ಬಿದ್ದುದು, ಎದ್ದುದು ಎಲ್ಲವಕೊಂದು ಕಲೆ
ಶಾಲೆಯ ನಾಗರ ಬೆತ್ತದ ಕಲೆ,
ಬೆಳೆಬೆಳೆಯುತ ಮಾತಿನ ಚಾಟಿಯ ಕಲೆ
ಯಾರೋ ಹೀಗಳೆದ ಒಳಗಿನ ಕಲೆ
ಮೈತುಂಬ ಹಲವು ಪಾಠಗಳ ಕಲೆ
ಒಳಹೊರಗೆಲ್ಲ ಕಲೆಯದೇ ಬಲೆ
ಬೇಡವೆನ್ನುವುದು ಹೇಗೆ, ಕಲೆ ಒಳ್ಳೆಯದೇ.

ಕೂಸಮ್ಮನ ಅಂಗಿಯ ಪುಟ್ಟ ಕಲೆ
ಎಚ್ಚರಿಸಲಿ, ನಡೆ ಸಾವಧಾನ
ನೈಟಿಯ ಕಂದು ಕಲೆ
ಸಾಕ್ಷಿಯಾಗಿರಲಿ ಅಡುಗೆಯ ಅವಸರಕೆ
ಪಾತ್ರೆಯ ತಳಭಾಗದ ಮಸಿಬಣ್ಣ
ಉರಿವ ಬೆಂಕಿಯ ಮರೆತುದಕ್ಕೆ ಸಾಕ್ಷಿ ಹೇಳಲಿ.
ಅವಸರವೇ ಅಪಘಾತಕ್ಕೆ ಕಾರಣ ಅನ್ನಲಿ,
ಗಾಡಿಯ ಮುಂಭಾಗದ ಗೀರುಕಲೆ
ಮನೆಯ ಗೋಡೆಗಳ ಎಳೆಕೈಯ ಗೀಚುಗಳು,
ಕಲೆಯಲ್ಲ ಬಾಲ್ಯ ಬಿಡಿಸಿದ ಕಲೆಯ ಬಲೆ,
ಅದು ಇರಬೇಕು, ಕಲೆ ಒಳ್ಳೆಯದು.

ಕಣ್ಣಿಗೆ ಬಿದ್ದಾಗಲೆಲ್ಲ ಚುಚ್ಚುವ ಕಲೆ
ಯಾವುದೋ ದುಡುಕು, ನಿರ್ಲಕ್ಷ್ಯಗಳ ರಾಚು
ದಿಟ್ಟಿಸಲಾಗದು ಮಸುಕು ಬಿಳಿ ಸೀರೆಯ,
ಹಾದು ಬಂದ ಸವೆದ ದಾರಿಯ ಗುರುತ,
ಹೊಸ ಹಾಸಿನ ನೆಲಕೂ ಇರಬೇಕು ಗೀರುಕಲೆ,
ತಟ್ಟೆಲೋಟ ಎಲ್ಲ ಲಕಲಕಿಸಿದರೆ ಏನ್ಚೆಂದ?
ಹಾರಿಬಂದ ಹಳದಿ ಎಲೆಯ ಮೇಲೂ ಕಪ್ಪುಗೀರು ಖಚಿತ
ಕಲೆ ಇದ್ದರೆ ಚೆಂದ, ಅದು ಒಳ್ಳೆಯದೇ.

ಇರಲಿಬಿಡಿ ಕಲೆ ಮನಃಪಟಲದ ಮೇಲೂ
ಎಂದೂ ಕಾಣದಂಥ ಹಸಿರು ಕಲೆಗಳು
ಸುಮ್ಮನೇ ಕುಳಿತಾಗಲೊಮ್ಮೆ ಮೆತ್ತಗೆ ಸವರಬೇಕು
ಭೂತದಲ್ಲೊಮ್ಮೆ ಹೊಕ್ಕು ಬರಬೇಕು,
ಗೀರು ಎಳೆದವರನೆಲ್ಲ ನೆನಪಿಸಬೇಕು
ಬದುಕಿನ ಕಲಾವಂತಿಕೆಯ ಮೆಚ್ಚಿ ಅಹುದಹುದೆನಬೇಕು.

ಉಳಿಯುತ್ತ ಹೋಗಲಿ ಬಗೆಬಗೆಯ ಕಲೆ
ದೃಷ್ಟಿಗಾದರೂ ಬೊಟ್ಟಿನಂಥ ಒಂದು ಪುಟ್ಟ ಕಲೆ
ಇಲ್ಲದಿರೆ ಉಳಿಯುವುದು ಖಾಲಿ ಹಾಳೆ,
ಕಲೆ ಇರಲೇಬೇಕು, ಅದು ಒಳ್ಳೆಯದು.
⌘

ಸಾವಿರದ ಸಾಲುಗಳು

ಅಹಲ್ಯೆಗಾದರೂ ಇತ್ತು,
ರಾಮನ ಪಾದಸ್ಪರ್ಶದ ಭಾಗ್ಯ
ಗಾಳಿ ಬೀಸಿದಾಗ ತುಯ್ಯುವ ತರಗೆಲೆಯಂತಹ
ಈ ಸಾಲುಗಳು ಮಾತ್ರ ಸದಾ ವಂಚಿತ.
ಎಂದೋ ಬರೆದು ಮರೆತ ಸಾಲುಗಳು,
ಮುಂದುವರಿಸಲಾರದೆ ಬಿಟ್ಟ ಪತ್ರದ ಪದಪದಗಳು,
ರೀಸೈಕಲ್ ಬಿನ್‌ನಲ್ಲಿ ಕೊಳೆವ ಅಕ್ಷರಮಾಲೆಗಳು,
ಮನದಲ್ಲೇ ಗೀಚಿ ಕೈಬಿಟ್ಟ ತ್ರಿಶಂಕು ಮಾತುಗಳು,
ಅರೆ ಕುಸುರಿಯಾದ ನುಡಿ ಒಡವೆಗಳು...
ಲೆಕ್ಕವೂ ಇಲ್ಲ ನೆನಪಿಸಿಕೊಂಡವರೂ ಇಲ್ಲ
ಹೆಕ್ಕಿ ಪೋಣಿಸುವುದೂ ಕಡುಕಷ್ಟ ...
ಇವಕೆ ಮಾತ್ರ ಬರೆದು ಬಿಟ್ಟವರದೇ ನೆನಪು,
ನಡುರಾತ್ರಿ ಬಿಟ್ಟುಹೋದವರ ಸ್ಮರಿಸಿ ಕುಳಿತ
ಯಶೋಧರೆಯರಂತೆ
ಶಪಿತ ಸಾಲುಗಳಿಗೆ ಕವಿಸ್ಪರ್ಶದ ಕನವರಿಕೆ
ನನಸಾಗುವುದು ಕಡಿಮೆಯೇ,
ದಿನೇದಿನೆ ಬೆಳೆವುದು ಪದಗಳ ಸರತಿ ಸಾಲು,

ಕಾವ್ಯಾತಾಲೀಮಿನ ಮುಕ್ತಕಗಳು...
ನಿತ್ಯವೂ ಮುಗಿಯದ ನಿರೀಕ್ಷೆ,
ಅಲ್ಲೆಲ್ಲೋ ಕವನ ಹುಟ್ಟುವ ಸದ್ದ ಕೇಳಿ ಮೈಪುಳಕ,
ಕಿವಿಯಾನಿಸುತ್ತವೆ ದಿನವೆಲ್ಲ,
ತಮ್ಮನ್ನೇ ಹೋಲುವ ಹೊಸ ಸಾಲುಗಳ ನೋಡಿ ನೋಡಿ
ಹಿಗ್ಗುತ್ತವೆ, ನಲಿಯುತ್ತವೆ
ಹೊಸ ಪಲ್ಲವಿಗೆ ಜಾಗಕೊಟ್ಟು ಹಿಂದಕ್ಕೆ ಸರಿವಾಗ
ಮೌನದಲಿ ನಿಲ್ಲುತ್ತವೆ,
ದೇಗುಲ ಮೇಲ್ತುದಿಯ ಮೆಟ್ಟಿಲ ಭರಿಸಿ ನಿಂತ
ಅಡಿ ಮೆಟ್ಟಿಲುಗಳಂತೆ...
⌘

ಚಹಾದ ಜೋಡಿ

ಮದುವೆಯಾದ ಹೊಸದು...
ಅವಳಿಗೆ ಚಾ ಮಾಡಲು ಬರದೆಂದು
ಬಂದವರ ಮುಂದೆಲ್ಲ ಛೇಡಿಸುತ್ತಿದ್ದವನ
ಸವಾಲಿಗೆ ಒಳಗೊಳಗೇ ಕುದಿಬಿಂದು
ಪುಡಿ ಹಾಕಿ ಮತ್ತಷ್ಟು ಕುದಿದು
ನಗೆ ಸಿಹಿಯ ಸೇರಿಸಿ
ಬಸಿದು ಹಿಡಿದಿದುಂಟು ಚಹಾವೆಂದು
ಕುಡಿದವರ ಆಹಾ ಉದ್ಗಾರ,
ನಿಜಕ್ಕಾದರೂ ಹೇಗಿರುತ್ತದೆ ಅದರ ರುಚಿ,
ಕದ್ದು ಒಮ್ಮೆ ರುಚಿ ನೋಡಿ,
ಹೂಂ ಆಗಬಹುದು ಅನಿಸಿ
ಇವನು ಚಪ್ಪರಿಸಿ ಕುಡಿಯುವುದು ನೋಡಿನೋಡಿ
ಮತ್ತಷ್ಟು ರುಚಿಯಾಗಿ
ಕೊಂಚಕೊಂಚವೇ ಪ್ರೀತಿ ಮೂಡಿ,
ಈಚೆಗಂತೂ,
ಮೆಚ್ಚಿದ್ದು ಚಹಾವನ್ನೋ ಇವನನ್ನೋ ತಿಳಿಯದೆ
ಸುಮ್ಮನೇ ಸವಿಯುವೆ ಚಹಾವನ್ನಷ್ಟೇ
ನಡುವೆ ಬರುವ ಮುನಿಸ ಪುಡಿಗೆ
ಚಹಾವೂ ಒಗರಾಗಿ
ಬಿಡದೇ ಕುಡಿಯುವಾಗ,
ಇಳಿವ ಒಂದೊಂದೇ ಹನಿಗೆ
ಎದೆಯೆಲ್ಲ ಸವಿಸವಿ...

⌘

ಪ್ರವೇಶ

ಗುಡಿಯ ಕದ ದಢಾರನೆ ತೆರೆಯಿತೆಂದು
ಬರಲಾರೆವು ನಾವು,
ದಡಬಡನೆ ಮೆಟ್ಟಿಲು ಹತ್ತಿ.
ಹುಟ್ಟಿನ ಜತೆಗೇ ಸಿಕ್ಕವನು ನೀನು
ನಮ್ಮೊಳಗೇ ಬೆಳೆದಿದ್ದೇಯೆ
ನಿನ್ನ ಅಲ್ಲಿ ಕೂರಿಸಿ ಬೇಲಿಯಿಕ್ಕಿದವರು ಅವರು
ನಮ್ಮ ನಡೆಗೆ ತಡೆ ಹಾಕಿದವರೂ ಅವರೇ
ಸೃಷ್ಟಿಸಿದ ನಿನಗೇನಿಲ್ಲ ಸಲ್ಲದ ಹೇವರಿಕೆ
ಅಯ್ಯಪ್ಪನೇ,
ನಮ್ಮ ಕೊಳೆಗೆ ಹೇಸಿ ಕೂತರೆ ಸೃಷ್ಟಿಯುಂಟೇ
ನೀನು ನೀನೇ ಹೌದಾದರೆ ನಮ್ಮ ದೂರವಿಡಲಾರೆ
ಅಪ್ಪಗಳಿರಾ,
ನೀವು ಕಟ್ಟಿದ ಗುಡಿಯ ಕದ ಮುಚ್ಚಿದಾಗಲೇ
ಎದೆಯ ಗುಡಿ ತೆರೆಯಿತು
ನಿಮ್ಮ ಗುಡಿಯ ಹಂಗು ಎಂದಿಗೂ ಎಮಗಿಲ್ಲ,
ಪೂಜಾರಿಗಳಾದ ನಿಮ್ಮೆಲ್ಲರದೂ.
ನಾವು ಎಂದೋ ಒಳಗಿದ್ದೇವೆ
ಹೊರಗಿರುವವರು ನೀವು,
ದಯಮಾಡಿ ಒಳಬನ್ನಿ.

⌘

ಜಂಟಿ

ಅದೊಂದು ಕುತೂಹಲ ನನ್ನ ಮಗಳಿಗೆ,
ಬಗೆಬಗೆ ಬಣ್ಣದ ಸಾಬೂನು
ತರಬೇಕು, ಬಳಸಬೇಕು
ಆ ಘಮ, ಬಣ್ಣದಲ್ಲಿ ಮೀಯಬೇಕು
ಈಗ ನನಗೂ ಆ ಹುಚ್ಚು ಅಂಟಿಬಿಟ್ಟಿದೆ
ತರುತ್ತೇನೆ ಪ್ರತಿಬಾರಿಯೂ,
ಕೆಂಪು, ಹಸಿರು, ಗುಲಾಬಿ, ನೀಲಿ
ಎಷ್ಟೆಲ್ಲ ಬಣ್ಣ, ಏನೆಲ್ಲ ಘಮ
ದಿನಕ್ಕೊಂದು ಬಳಸುವುದು, ಪುಳಕಗೊಳ್ಳುವುದು
ಬಚ್ಚಲಿನ ಬಿಸಿ ಹೊಗೆಯ ಮರೆಯಲ್ಲಿ
ಪ್ರಯತ್ನ ಶುರುವಾಗುವುದುಂಟು,
ಒಂದಕ್ಕೊಂದು ಸಾಬೂನ
ಅಂಟಿಸುವುದು
ಆ ಬಣ್ಣ ಈ ಬಣ್ಣವಾಗುವ ಈ ಬಣ್ಣ ಆ ಬಣ್ಣವಾಗುವ
ಚೆಂದ ನೋಡುವುದು.
ಇದೂ ಅಷ್ಟು ಸುಲಭದ್ದೇನಲ್ಲ,
ಈಗಿನ್ನೂ ಬಳಸಹೊರಟ ಹೊಸ ಸಾಬೂನಿಗೆ
ಅಂಟುವ ಗುಣವಿಲ್ಲ,
ಒಂದೊಂದಕ್ಕೂ ಅದರದ್ದೇ ಜಂಭ
ನಾನು ಹೀಗೆ ಎನ್ನುವ ಗತ್ತು
ಎಷ್ಟೇ ಒತ್ತಿಟ್ಟರೂ ಒಮ್ಮೆಗೆ ಘಮ ಒಂದೆನಿಸಿ
ಮತ್ತೆ ಬೇರಾಗುವ ಪರಿ

ನಾಲ್ಕು ದಿನ ಬಳಸಿ ಕೊಂಚ ಸವೆದರೆ ಸ್ವಲ್ಪ ಅಂಟಿ ಬಳಿಕ
ಬೇರೆಯೇ ನಿಂತುಬಿಡುವ ಜೋರು.
ಒಬ್ಬರನೊಬ್ಬರ ಅಹಂ ಎಲ್ಲ ಕಳೆದು
ಪೂರ್ತಿಯಾಗಿ ಅಂಟಿಕೊಳ್ಳುವುದು
ಅಷ್ಟು ಸುಲಭವಲ್ಲ ಸ್ವಾಮೀ,
ಸವೆಸವೆದು ಮುಗಿಯಬೇಕು,
ನಿನ್ನದೂ ಇಲ್ಲ ನನ್ನದೂ ಇಲ್ಲ
ನಮ್ಮಿಬ್ಬರದೂ ಎಂಬಂತೆ ಜತೆಯಾಗಿ
ಮೈಕೊಳೆಯ ತೊಳೆವ, ಘಮಿಸುವ
ಆ ಬಗೆ ಎಷ್ಟು ಚೆನ್ನ,
ಅಜ್ಜ–ಅಜ್ಜಿಯರ ಜಂಟಿಯಾತ್ರೆಯಂತೆ...
⌘

ಮೂರುತಿ ಮಹಿಮೆ

ಪೂಜೆಗೊಂಡ ಗಣಪ
ವಿಸರ್ಜನೆಗೆ ಹೊರಟ ಹೊತ್ತು
ಅವರಿವರ ಗದ್ದಲ ಗೌಜು,
ಗಜಮುಖನೆ ಗಣಪತಿಯೆ ನಿನಗೆ ವಂದನೆ...

ದಾರಿ ಮಧ್ಯೆಯೂ ಮುಗಿದಿದ್ದಾರೆ
ಅವನಿಗೆ
ಹೂ ಹಾಕಿ ಬೇಡಿದ್ದಾರೆ
ಉಣುವ ಅನ್ನಕ್ಕೆ ತಿಂದ ನೈವೇದ್ಯಕ್ಕೆ
ಮುಗಿಯದ ಪ್ರಾರ್ಥನೆಗೆ...

ಎದುರು ಸಿಕ್ಕ ತದ್ರೂಪಿ,
ಪೂಜೆಗೊಳ್ಳದ ಮೂರ್ತಿ
ಒಂದಲ್ಲ, ಎರಡಲ್ಲ ಹತ್ತಾರು
ಗದ್ದಲವಿಲ್ಲ, ಗೌಜಿಲ್ಲ, ಇಲ್ಲ ಗಣಪತಿ ಬಪ್ಪಾ ಮೋರೆಯಾ

ಜನಸಾಲೇ ತಡೆಯಾಗಿ
ನಿಂತ ವಾಹನದಲ್ಲಿ ವಿರಮಿಸಿದ ವಿನಾಯಕರು,
ಅಲಂಕಾರವಿಲ್ಲದ ವಿಗ್ರಹಗಳು
ಬರುವ ವರ್ಷಕೆ ಕಾದ ದೇವರುಗಳು

ನೂರೆಂಟು ಪ್ರಥಮರ ಸಾಲು
ಊರ ಕೆರೆಗೆ ಹೊರಟವರು,
ಗೋಡೌನ್‌ಗೆ ಸಾಗುವವರು
ಹಾದಿ ತುಂಬ ಗಣೇಶ ಗಡಣ

ಕಿವಿದುಂಬುವ ಉಘೇ ಉಘೇ
ಜಡಿದು ನಿಂತ ಭಕುತಿಗೆ ಬೀದಿಗೂ ಇಲ್ಲ ಬಿಡುವು
ಸಮಯವೇ ನಿಂತಲ್ಲಿ ನಿಂತಂತೆ
ದಾರಿ ಕಾಣದಣ್ಣಾ ದೇವರ ನೆಲೆಯು ಸಿಗದು ಅಣ್ಣಾ...

ಬೀಡಿ ಇದ್ಯೇನಣ್ಣಾ...
ಸಣ್ಣ ಹೊಗೆಗೆ ಒಂದು ಮಿಸುಕು
ಶಿಲೆಯಾಗಿದ್ದ ವಾಹನ ಚಾಲಕರಿಗೂ ಜೀವ
ಹೊಡೆದ ಹಾರನ್‌ಗೆ ಸರಿದಿದೆ ಸ್ತೋಮ

ದೇವರುಗಳ ಪಯಣ ಮತ್ತೆ ಸಾಗಿದೆ,
ಕೈಮುಗಿದು ನಿಂತ ಭಕುತರು
ಜಗಪ್ರದಕ್ಷಿಣೆ ಮುಗಿಸಿದ ಲಂಬೋದರರು
ಸರದಿ ಕಾಯುವ ಮೂರುತಿಗಳು
ದಾರಿಯತ್ತ ನೋಟವಿಟ್ಟ ಚಾಲಕರು...
⌘

ಸಂಕ

ಇದ್ದುದೊಂದೇ ಸಂಕ
ಆ ಬದಿಗೂ ಈ ಬದಿಗೂ,
ಹರಿವ ಭಾವಕ್ಕದೆ ದಾರಿ
ಜೋರು ಮಳೆಗೆ ಮುರಿದು ಬಿದ್ದಿದೆ ಸೇತು
ಮಾತಿನ ಭರತಿ ಏರಿದಾಗ
ತಡೆದೀತೆ ಬಿರುಮಾತಿನ ಹೊಡೆತ
ಇನ್ನು ಸುಲಭವಲ್ಲ ಆ ಬದಿಗೂ ಈ ಬದಿಗೂ,
ಹೋಗುವುದು ಬರುವುದು
ಇವರು ಇಲ್ಲಿಯೇ ಅವರು ಅಲ್ಲಿಯೇ

ಮುರಿದ ಸಂಕ ನೀರಿನಲೆಗೆ ಕೊಚ್ಚಿ ಹೋಗಲಿ
ಹಳೆ ಹಾಳು ಕಸ ಕಡ್ಡಿ ಎಲ್ಲವೂ
ಕಾಯಬೇಕು ಕೆನ್ನೀರು ಇಳಿಯಲು
ತಿಳಿಯಾದ ಅಲೆ ಇಳಿದ ನೀರಿಗೆ
ಮತ್ತೆ ಕಂಬವಿಳಿಸಿ ಸಂಕವಿಡಬೇಕು
ಈ ಬಾರಿ ಕಟ್ಟುವಾಗ ಹೆಚ್ಚು ಜೋಪಾನ
ಗಟ್ಟಿಮುಟ್ಟು ಮರಮಟ್ಟು
ಇನ್ನೂ ಆಳದಾಳಕ್ಕೆ ಹುಗಿದುಬಿಡಬೇಕು
ಯಾವ ಬಲಹೀನ ಮಾತಿಗೂ ಅಲುಗದ ಸೇತು
ಭದ್ರವಾಗಿರಲಿ ಅಲ್ಲಿಯೂ ಇಲ್ಲಿಯೂ.
ನಡೆನಡೆಯನೂ ಕಾದಿರಲಿ ಅದು
ಮತ್ತೊಂದು ಮಳೆಗಾಲ ಮರು ಮಳೆಗಾಲ ಎಲ್ಲಕ್ಕೂ
ಮಕ್ಕಳು ಮರಿಮಕ್ಕಳ ಕಾಲಕ್ಕೂ...
⌘

ಕೊನೆಯ ಮಾತು

ಕೊನೆಯ ಕುಡುತೆ ಹಾಲು
ಬಿಸಿಗಿಟ್ಟಾಗ ಎಚ್ಚರ,
ಹಾಲುಕ್ಕಿದರೆ ಕಾಫಿಯಾಸೆಗೆ ತಣ್ಣೀರು
ಸಕ್ಕರೆ ಹಾಕುವಾಗಲೂ ಹದವಿರಲಿ
ಮತ್ತೆ ಸೇರಿಸುವುದಕ್ಕೆ ಹಾಲಿರದು,
ಕಾಫಿ ಡಿಕಾಕ್ಷನ್ ಸೇರಿಸುವಾಗಲಂತೂ
ಮೈಯೆಲ್ಲ ಕಣ್ಣಾಗಿರಬೇಕು,
ಹನಿ ಹೆಚ್ಚಿದರೂ ಕಹಿಯಾಗಬಹುದು

ಕೂಸಿಗೋ ನೆಂಟರಿಗೋ ಹಾಲು
ಬೇಕಾಗುತ್ತದೇನೋ ನೋಡಿಕೊಳ್ಳಿ ,
ಹಾಲು ಮುಗಿದರೆ ಕೈಕೈ ಹಿಸುಕಿಕೊಳ್ಳಬೇಕು
ಕೈತಾಕಿ ಚೆಲ್ಲಿ ಹೋದರೆ ಪಶ್ಚಾತ್ತಾಪ,
ಹೆಪ್ಪು ಹಾಕಲು ಮರೆತಂತಿದೆಯಲ್ಲ ...
ತಳಕ್ಕಿಳಿದ ಹಾಲಿಗೇ ನೂರೆಂಟು ಉಪಯೋಗ
ಹನಿಹನಿಯೂ ಜೋಪಾನ

ಕೊನೆಯ ಮಾತಾದರೂ ಅಷ್ಟೇ,
ಅಳೆದೂ ಸುರಿದೂ ಆಡಬೇಕು
ಬೆನ್ನು ಹಾಕಿದವರು ತಿರುಗಿ ಬರಬೇಕು,
ಸಾವಿರ ಮಾತಿಗೆ ಮುನ್ನುಡಿಯಂತಿರಬೇಕು...
⌘

www.ingramcontent.com/pod-product-compliance
Lightning Source LLC
LaVergne TN
LVHW060421051026
849518LV00007B/2656
* 9 7 8 8 1 9 6 0 7 1 8 0 6 *